'THE ULTIMATE BOOK OF CONFIDENCE TRICKS'
या इंग्रजी पुस्तकाचा अनुवाद

मार्ग आत्मविश्वासाचा

रॉस टेलर

अनुवाद
श्याम भुर्के

मेहता पब्लिशिंग हाऊस

Mehta Publishing House, Pune.

✆ +91 020-24476924 / 24460313 / Mob. No. 9545000513

Email : production@mehtapublishinghouse.com

Website : www.mehtapublishinghouse.com

- *या पुस्तकातील लेखकाची मते, घटना, वर्णने ही त्या लेखकाची असून, त्याच्याशी प्रकाशक सहमत असतीलच असे नाही.*

मार्ग आत्मविश्वासाचा / मार्गदर्शनपर

अनुवाद : श्याम भुर्के

author@mehtapublishinghouse.com

मराठी अनुवादाचे व प्रकाशनाचे हक्क : मेहता पब्लिशिंग हाऊस, पुणे.

प्रकाशक : सुनील अनिल मेहता, मेहता पब्लिशिंग हाऊस,
१९४१, सदाशिव पेठ, माडीवाले कॉलनी, पुणे ४११०३०.

अक्षरजुळणी : स्वाती एंटरप्रायझेस, पुणे ९

मुद्रक : ट्रिनिटी ॲकॅडमी फॉर कॉर्पोरेट ट्रेनिंग लिमिटेड

मुखपृष्ठ : मेहता पब्लिशिंग हाऊस

प्रथमावृत्ती : जानेवारी, २०२२

किंमत : ₹ २२०

P Book ISBN 9789391151577

लक्षवेधी व्हा!

तुम्ही या जगासाठी खास गोष्टी करीत असता. त्या गोष्टींकडे साऱ्यांचं ध्यान आकर्षित करण्याचं सामर्थ्य या पुस्तकात आहे.

त्यासाठी तुमच्यामध्ये आत्मविश्वास हवा. तो नसेल तर ते वॉलपेपरसारखं होईल. पाहिला काय आणि न पाहिला काय अशी दुर्लक्षित स्थिती होईल. मोठ्या टोपलीखाली प्रकाश झाकला जातो तसंच संधीकडे दुर्लक्ष होतं. आणि हे सारं आत्मविश्वास नसल्यामुळे होतं.

आपल्यामध्ये आत्मविश्वास हवा. आपण बऱ्याच वेळा तक्रारीच्या सुरात बोलत असतो. आपल्या नशिबाला नावं ठेवतो. काम न होण्याचं खापर कमनशिबाच्या माथी फोडतो.

आता कदाचित तुमचा विश्वास बसणार नाही, पण तुम्हाला ताबडतोब धीट बनावं लागेल. हे करताना एखाद्या वेळेस दोन पावलं मागेही घ्यावी लागतील. एखाद्याला एकदम त्याची वागणूक बदलण्यास सांगणं या पद्धतीला 'फ्लडिंग' म्हणजेच 'पूर येणं' असं मानसशास्त्रज्ञ म्हणतात. एखाद्याला कोळी या प्राण्याचीच भीती वाटत असेल तर त्याला कोळ्यांनी भरलेल्या खोलीत कोंडायचं! इथं एक तत्त्व आहे. एखाद्याची चिंता किंवा काळजी अगदी कळसाला पोहोचली तर तिथून त्याला उतरती कळा लागते. मग त्या भीतीच्या कारणाची तुम्हाला सवय होते. तुम्हाला एखादा गट खाली खेचायचा प्रयत्न करत असेल तर हे तत्त्व ध्यानात ठेवा. त्याप्रमाणे कृती करा. ते केलं नाहीत तर तुम्ही त्या क्षेत्रात माघार घेण्याचीच शक्यता अधिक असते. मग त्या भीतीनं पुन्हा कधी उभारी घेण्याचा प्रयत्नच तुम्हाला करता येत नाही. 'पुढे या', असं सांगायलासुद्धा कोणी पुढे येणार नाही.

आत्मविश्वास वाढविण्याचा चांगला मार्ग म्हणजे गोष्टीची सुरुवात छोट्या प्रमाणात करा. त्यात सातत्य ठेवा व आत्मविश्वासाची उत्कृष्ट बांधणी करा. छोटी सुरुवात करून प्रचंड मोठे यश प्राप्त करा. यासाठी कोणताही जादूचा गंडा हातात

बांधण्याची गरज नाही. छोट्या-मोठ्या यशाच्या गोष्टीचं मिश्रण वापरायचं आणि हळूहळू आत्मविश्वासाचं शिखर गाठायचं.

तुमचा आत्मविश्वास प्रबळ होण्यासाठी पुढील गोष्टींशी जवळचा संबंध आहे :

- ✦ मनाची उभारी, चांगली तब्येत आणि सुस्थिती.
- ✦ घनिष्ठ नातं
- ✦ कुटुंब
- ✦ मैत्री
- ✦ व्यावसायिक जीवन

मार्टिन सेलिग्मॅन 'लर्न्ड आप्टिमिझम' म्हणजेच 'आशावाद' या पुस्तकात नैराश्यवादाच्या साथीबद्दल लिहिलंय. त्यांनी अमेरिकेतील उदाहरणं दिली आहेत, पण तशीच उदाहरणं ब्रिटन व जगाच्या अन्य भागात आढळू लागली आहेत. त्यावरून असं लक्षात येतंय की, नैराश्यानं पछाडलेल्या लोकांमध्ये गेल्या शतकात दहा पटीनं वाढ झालीय. पुढील दशकात तरुणांमधील अकाली मृत्यूचं कारण आत्महत्या हे असेल.

या नैराश्याचं काय कारण आहे? लोक असाहाय्य होऊ लागले आहेत हे मुख्य कारण असल्याचं सेलिग्मॅनचं म्हणणं आहे. त्यांच्या जीवनात येणाऱ्या प्रसंगावर उपाय नाही असं त्यांना वाटतं. त्यावर आपल्याला नियंत्रण ठेवता येणार नाही अशी त्यांची समजूत झालेली असते. त्यामुळे त्यांना अपयश येतं. त्यांनी एक प्रयोग केला. उंदरांचे दोन गट केले. त्यांना विजेचे धक्के दिले. पहिल्या गटातील उंदरांनी पट्टी दाबली व धक्के थांबविले. दुसऱ्या गटाचे मात्र बसणाऱ्या धक्क्यांवर नियंत्रण राहिले नाही. आपण आता काहीच करू शकत नाही अशी त्यांची समजूत झाली. परिस्थितीत बदल झाला तरी त्यांनी प्रयत्न केले नाहीत. ते गप्प बसले, त्यांनी सुटकेसाठी धडपड केली नाही.

मानवाबाबतही असंच आहे. कृतीत फरक पडतो हे जर मनावर बिंबवलं तर नैराश्यातून आपण बाहेर पडू शकतो. आयुष्यात हे जितकं लवकर आपण जाणू तितकं ते चांगलं.

एक चांगली गोष्ट आहे. ती म्हणजे नशीब बदलण्याचं सामर्थ्य आत्मविश्वासात आहे. नैराश्यानं पछाडलेल्या लोकांवर आत्मविश्वास कार्यशाळेचा काय परिणाम होतो यावर जून ब्राउन या मानवशास्त्रज्ञानं संशोधन केलं. ज्यांनी हे प्रशिक्षण घेतलं त्यांचं नैराश्य आणि चिंता इतरांच्या तुलनेत लवकर कमी झाल्या. याचाच अर्थ हे प्रशिक्षण उपयुक्त आहे.

मानसिक स्थिती ही शारीरिक स्थितीस कारणीभूत असते हे डॉक्टरांना पटवून द्यायला शास्त्रज्ञांना खूप दिवस लागले. वर्तणूक आणि आरोग्य या विषयावरील

एच.जे. आयसेंक यांचं मानसशास्त्र परिषदेतील व्याख्यान गतवर्षी ऐकलं. त्यांनी यांचा संबंध असल्याचं सांगितलं. या कारणानं हृदयविकार शिवाय कॅन्सरही होऊ शकतो हे पटवून दिलं. स्पर्धात्मक जीवनातील ताण व राग यामुळे हृदयविकार होतो. भावनांचा कोंडमारा झाल्यास कॅन्सर होऊ शकतो. अशा संभाव्य रुग्णासाठी मानवंशशास्त्रज्ञांनी एक-एक तासाच्या सहा सत्रांचे प्रशिक्षण कायक्रम आखले आहेत. त्यामुळे सहभागी लोकांमध्ये सकारात्मक बदल घडून येतो. त्यानंतर पूर्ण बरे होण्यासाठी मानसशास्त्रज्ञाची गरज भासत नाही असं म्हणणं धाडसाचं होईल. आयसेंकच्या म्हणण्यानुसार सदर प्रशिक्षणामुळे सहभागी लोकांचं आयुर्मान दहा ते पंधरा वर्षांनी वाढेल. वैद्यकीय तज्ज्ञांच्या पत्रकार परिषदेत त्याच्यावर या बाबतीत प्रश्नांचा भडिमार झाला होता. त्याचं म्हणणं पत्रकारांना मान्य नव्हतं. परंतु आता पंधरा ते वीस वर्षांनंतर त्याचं म्हणणं योग्य असल्याचं ध्यानात येतंय.

या पुस्तकात आत्मविश्वास निर्माण करणाऱ्या सर्व पैलूंचा समावेश केला आहे. उदा. संभाषणकला, व्यवसायवृद्धी, विचार आणि भावनांवर नियंत्रण, नैराश्य न येण्यासाठी करावयाची कृती. हे केल्यामुळे तुमचं आयुष्य दहा ते पंधरा वर्षांनी वाढतं. किती मस्त आहे नाही! आता तुमची सध्याची आत्मविश्वासाची पातळी पाहण्यासाठी पुढील प्रश्नपत्रिका सोडवा.

आत्मविश्वास प्रश्नमंजुषा

१. स्थानिक नगरपलिकेच्या बैठकीत १०० लोकांपुढे बोलावयाच असल्यास तुम्ही...

अ. एखाद्या रोगापासून दूर पळावे तसे या विषयापासून दूर पळण्याचा प्रयत्न कराल.

ब. स्वत:ची फजिती होऊ नये म्हणून याबाबत विचार करू असे सांगाल.

क. लगेच हो म्हणाल. पुढे काय होईल ते मग बघू म्हणाल.

२. तुम्ही तुमच्या भूत, वर्तमान आणि भविष्यकाळातील जीवनाचा जेव्हा विचार करता तेव्हा तुम्हाला असं वाटतं का?...

अ. उत्साह भूतकाळात गेला आहे.

ब. अजून चांगली वेळ ही पुढेच येणार आहे.

क. मला अधिक चांगलं करावं वाटतं, पण त्यासाठी ताकद राहत नाही.

३. कोणते लोक तुम्हाला आवडतात?

अ. आहे त्यात आनंदी राहणारे.

ब. अधिक चांगल्यासाठी सतत प्रयत्नशील असणारे.

क. चांगले दिसणारे.

४. तुम्ही फॅन्सी ड्रेस स्पर्धेच्या कार्यक्रमास जाता. पण आमंत्रणपत्रिका वाचण्यात काही गफलत झाल्याने त्या स्पर्धेत साध्या पोशाखातील तुम्ही एकटेच असता...

अ. तुम्ही बाहेर पडाल व घरी जाल.

ब. प्रसाधनगृहात जाऊन कपडे बदलाल.

क. आपल्या वेगळेपणात मजा मानाल.

५. आपल्या मित्रांचा विचार करताना, वाटते...

अ. काही अगदी शालेय जीवनापासूनचे आहेत.

ब. काही अगदी अलीकडे मित्र झालेत.

क. या दोहोंचं मिश्रण असलेले काही आहेत.

६. बढतीसाठी तुम्ही मुलाखत दिलीत. परंतु यशस्वी झाला नाहीत. तर तुम्हाला वाटेल...

अ. अपमानकारकरीत्या जगण्यापेक्षा मेलेलं बरं.

ब. पुन्हा मुलाखतीला जायलाच नको.

क. अजून अनुभव वाढवू या व पुन्हा प्रयत्न करू या.

७. तुमचं ज्ञान व अनुभव किती आहे हे तुम्ही कसं मोजता?

अ. चांगलं जगण्यासाठी आवश्यक त्या सर्व गोष्टी मी जाणून घेतल्यात.

ब. त्याबाबतीत एखादा प्रशिक्षणक्रम पूर्ण करावा असं वाटतं; पण आता शिक्षण नको वाटतं.

क. तुम्ही नव्या शिक्षणासाठी सतत जात असता. नव्या ठिकाणांना भेटीही देता.

८. भविष्यकाळाकडे पाहताना तुमच्या भावना असतात –

अ. प्रचंड उत्सुकता

ब. भीतिदायक

क. आधीसारख्याच.

प्रतिक्रिया

१. जर तुम्ही (अ) या पर्यायाची निवड कराल व आव्हाने स्वीकारणे टाळाल तर तुम्ही स्वत:ची प्रगती थांबवीत आहात.

२. दीर्घ सक्रिय जीवनासाठी मनाची उभारणी हवी. उत्साह ही भूतकाळातली गोष्ट होती असं वाटत असेल तर त्यात ताबडतोब बदल करा. ताकद कमी पडते असं वाटल्यास कृती करत रहा. त्यामुळे योग्य तो बदल होतो. कंटाळा येण्यापूर्वीच कामाला लागा.

३. तुम्हाला आवडणारे लोक तुमच्या अपेक्षांना आव्हान देतात, का ते तुम्हाला आरामात ठेवतात याचा विचार करा. दुसऱ्या पद्धतीचे लोक तुमच्या प्रगतीत अडथळे आणतात. ते दिसायला चांगले असतील परंतु त्यांचे गुण, बुद्धिमत्ता याला महत्त्व द्या.

४. एक बाई समाजात मिसळायला घाबरायच्या. त्या बिकीनी आणि ग्रास स्कर्ट घालून हवाईयन पार्टीला गेल्या. तशा त्या एकट्याच होत्या... त्यांची ती रात्र वाईट गेली. धरणीनं आपल्याला गिळंकृत केलं तर बरं होईल असं त्यांना प्रथम वाटलं... नंतर तिनं घरी जाण्याचा विचार केला; पण जेव्हा त्या प्रवेशद्वाराशी उभ्या राहिल्या तेव्हा तिनं प्रत्येकाशी हसत-खेळत बोलण्यास सुरुवात केली. ती इतकी लोकप्रिय ठरली की, तिला सहा आमंत्रणं मिळाली. तर धीटपणा असा उपयोगी पडतो.

५. जर तुम्ही 'अ' निवडले असेल तर तुम्ही मैत्री बराच काळ टिकवलीत हे दिसते. 'ब' निवडले असल्यास तुम्ही जाल तिथे मित्र जोडण्याचे कौशल्य दिसून येते. जुन्या नव्यांचा संगम म्हणजे तुमचा भूतकाळाबद्दलचा आदर व नव्यांना भेटण्याची उत्सुकता या दोन्ही गोष्टी दर्शविते.

६. पराभव हा सुखद नसतो, परंतु त्यापासूनही शिकता येते. धोका पत्करण्यास खळखळ करू लागाल तर प्रगती थांबलीच म्हणून समजा.

७. आराम आणि सुरक्षितता या महत्त्वाच्या गोष्टी आहेत, परंतु कोणत्याही वयात शिकत राहणे हे खरे जिवंतपणाचे लक्षण होय. नव्या भाषा शिका. नवीन लोकांना भेटा. दूरवर प्रवास करा. त्यामुळे जीवन उत्साहवर्धक राहतं.

८. भविष्यकाळ भीतिदायक वाटत असेल, कंटाळवाणा वाटेत असेल तर मग नवी कौशल्ये आत्मसात करा. नवे काम धरा. स्वत:च्या कक्षा विस्तारा. आत्मविश्वासाची जादू काम करेल.

वाटतं त्यापेक्षा ते सोपं आहे

सध्या तुम्ही जे नाही ते बना असं मला सांगायचं नाही. हे पुस्तक जसं जसं

वाचत पुढे जाल तेव्हा सत्य गोष्टी काय आहेत हे समजू लागेल. आत्मविश्वासासाठी काय करायचं हे कळेल. थोडेच हुशार असणारे आपला मानवी हक्क असल्याप्रमाणे प्रसिद्धीमागे लागतात. न जमणाऱ्या ध्येयाच्या मागे पडल्यावर ते खूप निराश होतात. याबाबतीत खरं गमक म्हणजे तुम्ही स्वत:ला जाणा. आपल्यामध्ये चांगलं काय आहे ते पहा. त्या बलस्थानाकडे लक्ष देऊन काम करा. आपल्यातील कमतरता कशा सुधारता येतील किंवा त्या घालवता येतील हे पहा.

मानसशास्त्रज्ञांनी केलेल्या संशोधनाप्रमाणे आत्मविश्वास नसणे ही सवय आहे. नखं खाणे, भरपूर जेवणे अशा सवयींसारखीच तीही एक सवय आहे. त्यामुळे इतर सवयी जशा बदलतात तशीच ही सवयसुद्धा बदलता येते.

त्यासाठी पहिली गोष्ट म्हणजे 'आत्मविश्वासाचा अभाव' याबाबतचे तुमचे विचार बदला. मग नकारात्मक भावनांशी सामना करा. शक्तिमान प्रगतिशील भावनांमध्ये त्यांचे रूपांतर करा. त्यासाठी वेगळ्या पद्धतीने कृती करा. या तीनही विषयांचा समावेश या पुस्तकातील प्रत्येक प्रकरणात केला आहे. त्यामुळे तुमच्या आयुष्यातील प्रश्नांची उत्तरं शोधणं सोपं जाणार आहे.

प्रत्येक प्रकरणाच्या सुरुवातीस एक प्रश्नावली आहे. ती तुम्ही सोडवा. तुमच्या जीवनातील विषयाशी ते सुसंगत असल्याने त्यावर काय करायचं हे समजेल. तुमचा आत्मविश्वास वाढेल. आत्मविश्वास वाढीसाठी काय काय करावे लागेल हे एकाच दृष्टिक्षेपात तुम्हाला कळेल. त्यामुळे आत्मविश्वास वृद्धीसाठी कृती-आराखडा तयार करता येईल.

पहिल्या प्रकरणात आत्मविश्वास वृद्धीसाठी अंतर्मनाचा विचार केला आहे. आत्मविश्वासासाठी अदृश्य गुणांवर लक्ष केंद्रित केलं आहे. आपल्यातील शक्तीचा वापर करण्याचं आत्मबल त्यामुळे वाढतं. हा भाग अभ्यासणंही महत्त्वाचं आहे. आपली देहबोली कशी असावी याबाबतही युक्तीच्या गोष्टी सांगितल्या आहेत. इतर गोष्टी जमल्या नाहीत तर निदान आत्मविश्वास वाढत असल्याचं तरी दाखवता येईल. त्यामध्ये चुकीचं काहीही नाही. यशासाठी नेहमीच प्रयत्नशील राहावं लागतं.

दुसरं प्रकरण हे प्रेमिक आणि जोडीदारामधील आत्मविश्वास वाढीबद्दल आहे. त्यामध्ये भावना मांडल्या आहेत. आपल्या भावनांबद्दल बोलण्यास काही लोकांना अजिबात आवडत नाही; परंतु भावनांच्या प्रकटीकरणाशी आत्मविश्वासाचं नातं जुळलेलं आहे. त्याकडे दुर्लक्ष करून चालणार नाही. याकडे काही लोक दुर्लक्ष करताना दिसतात. पण तसं करू नका. भावनांची भाषा कशी समजावून घ्यायची हे मी तुम्हाला सांगेन. भावनांबद्दल मोकळेपणानं बोलायला धीटपणा लागतो. त्यासाठी काय करायचं हे या प्रकरणात सांगितलंय. भेटी, प्रणयाराधन, विवाह, एकत्र येणं, विभक्त होणं या साऱ्यांचा विचार इथे केलाय.

तिसऱ्या प्रकरणात तुमच्या कुटुंबाबद्दलचा तुमचा आत्मविश्वास याबद्दल विचार केलाय. काही वेळा आपण पालकवृत्तीने भांडत राहतो. हे असंच करायचं, तसंच व्हायला हवं असं म्हणतो. त्याच त्या गोष्टी करत राहतो. या प्रकरणात तुम्ही कोणत्या वेगळ्या गोष्टी करू शकता, स्वत:तील शक्तीचा वापर कसा करू शकता हे सांगितलंय, स्वत:ची पार्श्वभूमी ध्यानात घेऊन आत्मविश्वासामध्ये डळमळीत राहणाऱ्या बुद्धिवंतासाठी इथे मार्गदर्शन आहे. तसेच पूर्वापार गोष्टींवर भर देणाऱ्या पालकत्वालाही चार मोलाचे शब्द सांगितलेत.

आत्मविश्वास आणि मैत्री याचा चौथ्या प्रकरणात विचार केलाय. द्वेषबुद्धीने आत्मविश्वास कमी होतो. त्यामुळे हळूहळू मैत्रीही कमी होते. मित्र जोडताना, मैत्री टिकवताना आत्मविश्वास तंत्र कसं वापरायचं हे इथे सांगितलंय. अडचणीच्या वेळी मार्ग कसा काढायचा ते आपल्याला इथे समजेल.

कामाच्या ठिकाणी आत्मविश्वास कसा निर्माण करावयाचा हे शेवटच्या पाचव्या प्रकरणात मांडलंय. कामाच्या ठिकाणी यशस्वी होण्याचं तंत्र इथे अवगत होईल. स्वत:ची शक्तिस्थानं ध्यानात घेणं, कमतरतांवर मात करणं याबद्दल मार्गदर्शन इथे मिळेल. प्रकल्पासाठी स्वत:हून पुढं जाणं, बैठकीत सहभागी होणं, आपल्या कल्पना मांडणं, मुलाखतीच्या वेळी मन शांत ठेवणं, या सर्व वेळी तुमचा आत्मविश्वास प्रबळ हवा.

तुमच्यावर प्रयोग करण्यासाठी हे पुस्तक वापरा. भावना बाजूला ठेवून काय करायचं व काय करायचं नाही हे बुद्धीच्या निकषावर जाणणं म्हणजे प्रयोग होय. स्वत:कडे एक प्रकल्प म्हणून पाहू लागल्यावर तुम्ही भूतकाळाचा तुमच्यावर परिणाम होऊ देणार नाही. पूर्वी तुम्ही गोष्टी कशा करत होतात हे पाहणार नाही.

नुकतंच मी माझ्या मित्राला एक कार्ड दिलं. त्यात लिहिलं होतं, 'धीटाईमध्ये स्वातंत्र्य दडलेलं असतं.'

आता धीटपणा दाखवण्याची तुमची वेळ आहे.

अनुक्रमणिका

अंतर्गत आत्मविश्वास । १

आत्मविश्वास - प्रेमिक आणि जोडीदारासोबत । ३२

आत्मविश्वास – कुटुंबाबद्दल । ५२

आत्मविश्वास आणि मैत्री । ८४

आत्मविश्वास – कामाच्या जागी । १०९

समारोपाचे विचार । १४४

१

अंतर्गत आत्मविश्वास

अंतर्गत आत्मविश्वास म्हणजे काय? तो प्राप्त झाला आहे हे कसे समजायचे? माझी व्याख्याने झाल्यावर श्रोते मला भेटतात. त्या वेळी मला ते आत्मविश्वास या शब्दाची व्याख्या विचारतात. तुमच्यामधील क्षमतेचा वापर करणं, सकारात्मकपणे विचार करणं, त्यानुसार कोठेही जाऊन काम करणं, ते करताना येणाऱ्या अडथळ्यांची भीती न बाळगणं यांचा समावेश आत्मविश्वासात होतो. तो म्हणजे तुमच्या स्वप्नांचा पाठपुरावा असतो; तुम्ही यशस्वी होऊ शकता हा विश्वास मनात असतो.

नेल्सन मंडेलांनी मॅरीआन विल्यमसन यांचं वचन एका उद्घाटन प्रसंगी सांगितलं होतं. मॅरीआन म्हणाली होती, "आमच्यामध्ये काही उणिवा आहेत ही आमची भीती नाही. वास्तविक आम्ही सांगता येणार नाही इतके शक्तिमान आहोत... लहान ध्येयं डोळ्यासमोर ठेवून तुम्ही जगाचं कल्याण करू शकणार नाही. तुमच्या आजूबाजूच्या लोकांना असुरक्षित वाटणार नाही असं मोठं काम करा. लहानपणाला महत्त्व देऊ नका."

तुमच्याजवळचा प्रकाश झाकून ठेवून तुम्ही जगाला काही देऊ शकणार नाही. तसं करणं म्हणजे आत्मविश्वास नसल्याचं दाखविणं होय. आव्हानांना सामोरं जाण्यात आत्मविश्वास प्रकट होतो. अपयशाची शक्यताही मनात आणू नका.

आत्मविश्वासात वाढ करण्यास सुरुवात करण्यापूर्वी तुमच्यामधील निरुपयोगी सवयी आठवा. पुढे दिलेल्या प्रश्नांची प्रामाणिकपणे उत्तरे द्या. येथील उत्तरे बरोबर किंवा चूक अशी असणार नाहीत. त्यांना गुणामध्येही मोजता येणार नाही.

सत्य स्वतः तपासा

१. स्वत:विषयी आणि इतरांविषयी तुम्ही सकारात्मक दृष्टीने विचार करता का?
२. तुम्ही काळजी करणारे आहात का?

जर उत्तर हो असेल तर कोणाची काळजी करता?

३. तुम्ही स्वत:ला भाग्यवान समजता का?

४. तुम्ही अस्वस्थ असाल किंवा रागावलेले असाल तर त्या भावनांना व्यक्त करताना संबंधित लोकांशी प्रत्यक्ष बोलता का?

५. बहुतेक वेळा तुम्ही आत्मविश्वासाने भारलेले असता का?

६. पश्चात्ताप न होता तुम्ही काहीही न करता आरामात पडून राहता का? नसाल तर का नाही?

७. तुम्हाला पुरेशी झोप मिळते का?

८. तुम्ही पुरेशा सुट्ट्या घेता का?
जर नसाल तर का नाही?

९. तुम्ही फार वेळ टीव्ही पाहता का? रात्री २ तासाहून अधिक वेळ?

१०. तुमच्यासाठी तुम्ही वेळ काढता का?
नसाल तर का नाही?

११. ज्या उपक्रमात तुम्ही भाग घेत आहातठते तुम्ही निवडलेआहेत, का इतरांनी?
जर इतरांनी निवडले असतील तर का?

१२. तुम्ही स्वत:हून हॉटेल किंवा सिनेमाला जाऊ शकता का?
नसाल तर का नाही?

१३. अनोळखी लोक बसलेल्या खोलीत तुम्ही अस्वस्थ न होता प्रवेश करू शकता का?

तुमच्या उत्तरांचे मोजमाप

प्रश्न १ ते ३ : तुमची विचारशैली

तुमची विचार करण्याची पद्धती हा आत्मविश्वासाचा पाया होय. तुम्ही नकारात्मक विचार करत असाल तर स्वत:ची ऊर्जा कमी वापरली जाईल व परिणामत: आत्मविश्वासाची पातळी खालची राहील. या प्रकरणात आपण सविस्तर विचार करणार आहोत.

नकारात्मक विचारांचे रूपांतर काळजीत होते. मग तुम्हाला हवं ते प्राप्त करण्यास ते यशस्वी होत नाही. प्रश्न क्र. २चे उत्तर जर 'हो' असेल तर ते बदलणे हे तुमचे ध्येय हवे.

मनोवैज्ञानिक मार्टिन सेलिग्मन यांनी केलेल्या संशोधनाप्रमाणे असे सिद्ध झाले आहे की, तुम्ही तुमचे नशीब ठरवत असता. तुमची जितकी चिकाटी, तेवढे तुम्ही भाग्यवान ठरता.

प्रश्न ४ ते ८ : भावना आणि ऊर्जा

तीव्र भावनांना इच्छित मार्गाकडे वळविण्याची क्षमता असणं हा आत्मविश्वासाचा एक भाग आहे. त्यामुळे आपले प्रश्न त्वरेने सुटू शकतात, दुसऱ्यांचे नुकसान न करता आपले काम करणं हे आत्मविश्वासाचे कौशल्य आहे.

प्रश्न ५ हा आत्मविश्वासाच्या दृष्टीने महत्त्वाचा आहे. अधिकांश वेळा तुम्ही खातरीपूर्वक आनंदी दिसत असाल तर तुम्ही जीवनात ठामपणे प्रगती करू शकाल.

काही लोक सदासर्वदा कामात मग्न असतात. प्रत्येक सेकंद ते कारणी लावत असतात; परंतु मध्येच विश्रांती घेणं हिताचं असतं. तुम्हाला थोडा आराम मिळाला तर आत्मविश्वास वाढीस उपयुक्त ठरतं.

काही वेळा झोप मिळणं अवघड होतं. उदा. घरात लहान मूल असेल, परीक्षेचा अभ्यास चालू असेल किंवा एका ठरावीक वेळेत काम पूर्ण करायचं असेल. परंतु रात्री चांगली झोप मिळणं हे आपल्या भल्याचं होय. त्यामुळे आत्मविश्वास वाढतो.

सुट्टीमध्ये बाहेरगावी फिरायला जाणं खर्चिक असलं, तरी त्यामुळे नेहमीच्या वातावरणातून तुम्ही बाहेर पडता, आराम मिळतो. पुन्हा ऊर्जा प्राप्त होते. सुटीशिवाय आयुष्य हे कष्टप्रद होते.

तर मित्रहो, तुम्ही जर प्रश्न क्र. ४ ते ८ याचं उत्तर 'नाही' असं दिलं असेल तर याबाबतीत आपणास महत्त्वाचा बदल करावयाचा आहे हे उद्दिष्ट ठेवा.

प्रश्न ९ ते १३ : कृती आणि वागणूक

प्रश्न क्र. ९चं उत्तर होय असेल तर तुम्ही फार वेळ टीव्ही पाहत आहात. तुम्हाला आवडणाऱ्या इतर गोष्टींकडे वळा.

स्वत:साठी वेळ काढणं हे स्वत:ला महत्त्व देण्याची भावना निर्माण करते. आत्मविश्वासासाठी ते महत्त्वाचं आहे. हे प्रश्न क्र. १०वरून समजते. प्रश्न क्र. ११ हा तुमच्या आवडीच्या गोष्टी करणे आणि इतरांच्या इच्छांना मान देणे याबाबतची स्थिती सांगतो. तुमचं व्यक्तिमत्त्व प्रस्थापित करून आत्मविश्वास वाढविण्यासाठी हे महत्त्वाचं आहे. मित्र किंवा कुटुंबीयांच्या सोबतीनं जाणं आरामदायी असतं. परंतु त्यांच्याशिवाय बाहेर जाणं हे आव्हान तुम्ही पेललंत तर तुमची आत्मविश्वासाची पातळी भरपूर वाढली म्हणून समजा. अपरिचित लोकांनी भरलेल्या खोलीत प्रवेश करणं आत्मविश्वास असणाऱ्यांनासुद्धा अवघड वाटतं. जर तुम्ही त्या भीतीवर स्वार झालात तर आत्मविश्वासाच्या वाटेवर तुम्ही मार्गक्रमण करत आहात असं समजा.

प्रश्न क्र. ९ ते १३मधील उत्तरं जर 'नाही' असतील तर त्यामध्ये बदल करण्याचं ठरवा.

पाककृती पुस्तकाप्रमाणे या प्रकरणाचा वापर करा. उपयुक्त युक्त्यांचा शोध घ्या. हे सारं विचार, भावना व कृतीभोवती गुंफलंय. मानसशास्त्रानुसार वैयक्तिक बदलासाठी हाच मार्ग होय.

आत्मविश्वासातील अडथळे

तुमचा आत्मविश्वास कमी असण्याची कारणे प्रथम आपण शोधू या. आत्मविश्वास प्राप्तीतील प्रमुख संभाव्य अडथळे पुढील असू शकतात :

- जवळची नाती
- कुटुंब
- शाळा आणि समवयीन गट
- काम

नाती

अडकवून ठेवणारी, असाहाय्य नाती असतील तर आत्मविश्वास कमी होऊ शकतो. माझ्या दवाखान्यात एकदा एक पायलट आला. त्याला त्याच्या एका विशिष्ट विमानाच्या उड्डाणाच्या परीक्षेत अपयश येणार असं वाटत होतं. वैमानिक परीक्षेत उड्डाण शिक्षण अतिशय महत्त्वाचं असतं. देशांतर्गत वाहतुकीसाठी ते विमान वापरलं जात होतं. त्या उड्डाण परीक्षेत यशस्वी झाल्याशिवाय त्याला ते विमान चालविण्यास परवानगी नव्हती. पूर्वी त्याच्यामध्ये आत्मविश्वास होता. परंतु आता तो या परीक्षेला भीत होता. त्याच्याशी पुन्हा भेटी झाल्यावर असं लक्षात आलं की, त्याचं बायकोशी पटत नव्हतं. पायलटची नोकरी तिला आवडत नव्हती. त्यामुळे तो अस्वस्थ वाटत होता. तो खूप झोपत होता. नवरा-बायकोतील दरी वाढत जाऊन शेवटी घटस्फोट झाला. नंतर मात्र त्याची चिंता नाहीशी झाली. त्याची उड्डाण शिक्षणात चांगली प्रगतीदेखील झाली होती.

पुढे एक आश्चर्यकारक गोष्ट घडली. मी विमानानं स्कॉटलंडला चालले होते. मी वैमानिकाचा आवाज ऐकला. "मी तुमचा कप्तान बोलतोय. जॉन स्मिथ. एडीबरोला जाणाऱ्या विमानात आपले स्वागत करतो." अगदी आरामात आवाज येत होता. मी त्याला भेटले. अगदी वेगळ्या स्वरूपात तो दिसत होता. आरामात, आत्मविश्वासानं भरलेला, उड्डाण परीक्षा यशस्वी झालेला. (ते विचारून घेतलं.) घटस्फोटानंतर नव्या मैत्रिणीला विमानतळावर भेटण्यास तो जात होता.

नातेसंबंध बिघडले तर आत्मविश्वास डळमळतो.

कुटुंब

तुम्ही ज्या कुटुंबात जन्मास येता त्यावर बऱ्याच गोष्टी अवलंबून असतात. प्रोफेसर गॉर्डन क्लेरीने अनेक जुळ्या मुलांवर प्रयोग केले. त्यात आनुवांशिकरीत्या किती गुण उतरतात आणि संस्काराने किंवा घडविण्यामुळे काय होते हे त्यांनी अभ्यासले. एकसारख्या जुळ्यांना वेगळ्या वातावरणात वाढविले. मानसशास्त्रज्ञांनी त्यांच्यात शिकून वागणुकीत किती बदल झाला व आनुवांशिकरीत्या किती फरक झाला हे तपासले. त्यावरून असे लक्षात आले की, पालकांपैकी एक किंवा दोघांमध्ये आत्मविश्वासाचा अभाव असल्यास ६० ते ८० टक्के प्रमाणात मुलं पालकांप्रमाणेच होतात. जरी आनुवंशिकतेचा प्रभाव जोरदार असला तरी २० ते ४० टक्के चांगल्या बदलास वाव असतो. फक्त त्यासाठी जितक्या लवकर उपचार होतील तेवढे चांगले असते.

जुन्या सुधारकांच्या कथा सांगणारं बरंच साहित्य बाजारात येतंय. मेरी वेस्लीची गोष्ट पहा. ती वयाच्या ७०व्या वर्षी लेखिका बनली. तुमची इच्छा असेल तर तुम्ही बदलू शकता. फक्त त्यासाठी कशी पावले टाकायची याचं ज्ञान हवं.

मी ज्यांना शिकविले त्यांच्याबद्दल अनेक जणांच्या चुकीच्या समजुती आहेत. उदरातून आपण पुरते तयार होऊनच बाहेर येतो, तुम्ही जे असाल त्यात बदल होऊ शकत नाही असं नाही. तुम्ही बदलू शकाल. काही गोष्टीत बदल होऊ शकत नाही असं असलं तरी बऱ्याच गोष्टीत बदल करता येतो. फक्त तशी इच्छाशक्ती असलेले लोक हवेत. लोकांना वाटतं त्यापेक्षाही त्यांच्यातील क्षमता फार मोठ्या असतात.

शाळा आणि समवयस्क गट

शाळा आणि बरोबरच्या मंडळींनी मुलांना 'नापास व्हाल, मागं पडाल' असं सारखं म्हटलं तर त्याचा परिणाम आयुष्यभर होत असतो. एकदा 'कॉन्फिडन्स लॅब', बीबीसी२ या चर्चसत्रात मी सहभागी झाले होते. त्या कार्यक्रमात एक शिक्षक निगेलला 'तुला लिहायला जमत नाही' असं ठसवून सांगत होते. त्यामुळे तो मागे पडला होता. कारण जर तो मॅनेजर झाला असता तर त्याला हाताखालच्या लोकांचे कामाचे अहवाल लिहावे लागले असते. ते लिहिता आले नाहीत तर त्याची फजिती झाली असती. यावर उपाय म्हणून त्यानं लेखनकौशल्य वाढविलं. शब्दसंग्रहात भर टाकली. त्याचा आत्मविश्वास इतका वाढला की, तो तीन वेळा मॅनेजर क्षेत्रात निवडला गेला. त्यासाठी त्याला अर्जही करावा लागला नाही.

काम

बीबीसीला ‘Get Confident’ ही वेबसाइट २००१मध्ये सुरू करावयाची होती. त्यापूर्वी त्यांनी विविध कार्यालयात पाहणी केली. तेव्हा लक्षात आलं की, ८१ टक्के लोकांनी बढतीसाठी कधी मागणीच केली नाही. तसंच ५१ टक्के लोकांनी व्यवस्थापनाकडे पगारवाढीसाठी मागणी केली नाही. याचा चुकीचा परिणाम झाला. ज्यांनी मागणी केली त्यापैकी तीन चतुर्थांश लोकांना पगारवाढ मिळाली. बढतीही मिळाली.

ही गोष्ट वृत्तपत्रात छापून आली – ‘गप्प राहिलेल्या ब्रिटिश लोकांना बढतीस मुकावे लागले.’ त्यामुळे देशात किती खळबळ माजली असेल याची कल्पना करा. आपल्या अपेक्षा पूर्ण न झालेले लोक ओरड करणार. परंतु हे घडण्याचे कारण म्हणजे आपल्याला हवे ते मागण्याचा आत्मविश्वास बहुसंख्य लोकांकडे नव्हता.

बरेच व्यवस्थापक विचार आणि बोलण्याचे स्वातंत्र्य कर्मचाऱ्यांना देण्यासाठी उत्तेजन देत नाहीत. मॅक्स मॅक्केवॉन आणि फिलीच व्हिटले यांनी त्यांच्या ‘अनश्रिंक’ या पुस्तकामध्ये वरिष्ठाचं वागणं आणि त्याचा कर्मचाऱ्यांवर होणारा परिणाम याचं सुरेख विवेचन केलंय. कामाची उत्पादकता वाढविण्यासाठी सतत पाठपुरावा व धाक दाखविण्याचा उलटाच परिणाम झाल्याचं त्या प्रबंधात म्हटलंय. व्यवस्थापक हुकूम सोडत राहतात. ते कर्मचाऱ्यांच्या मनाचा विचार करत नाहीत. कोणत्याही परिस्थितींत या धनाढ्यांची सेवा करत रहा. या प्रवृत्तीमुळे व्यक्ती म्हणून ते आकसले जातात. त्यांचा काम करण्यातील उत्साह कमी होतो. यामुळे गेल्या दोन-तीन वर्षांत तणावामुळे रजेवर जाणे, भांडणे होणे यात वाढ झाली आहे. जादा वेळ कामाला बसविण्याचीही वृत्ती वाढली आहे.

अशा कंपन्यांपासून दूर कसं राहायचं हे आपण प्रकरण क्र. ५मध्ये पाहू या. तुम्हाला काय आवडतं, काय हवं हा भाग श्वासाइतकाच महत्त्वाचा आहे. नोकरी ही जशी महत्त्वाची तसं तुमचं मनही महत्त्वाचं आहे.

आत्मविश्वासमार्गातील अडथळे

पुढील तीन गोष्टींचे अवलंबन करा आणि तुमच्या आयुष्यातील फरक पहा.

पहिले पाऊल : अडथळे भावना ओळखा

तुम्हाला पुढीलप्रमाणे वाटत असेल तर तुम्ही अडथळ्यात अडकलात म्हणून समजा :

- ✦ या माणसाला भेटेपर्यंत तुम्ही चांगले होतात. त्याच्या भेटीनंतर खूप मोठं नैराश्य निर्माण झालं.
- ✦ आपण काम करतो त्यापेक्षा दुसऱ्यांनाच चांगलं काम करता येतं. आपण नुसतं हेच सांगत बसतो.
- ✦ इतरांचं बोलणं म्हणजे माझ्यावरील टीका असते असं मला वाटतं.
- ✦ आत्मविश्वास व अडथळे यांतील संबंधाबद्दल तुम्ही बोलण्यात खूप वेळ घालविता.
- ✦ आपण अस्वस्थ असतो किंवा एखाद्या गोष्टीची फार गरज असते तेव्हा मालकाकडून मदतीची गरज भासते. त्यामुळे मालकाचंही महत्त्व वाढतं.

पाऊल दुसरे : अडथळा ओळखा

जे लोक तुमची शक्ती, ऊर्जा चोरतात ते तुम्हाला ओळखता आले पाहिजेत. तुमच्या विचाराला चालना देण्यासाठी पुढील यादी पहा.

अर्धांगी किंवा साथीदार	आजोबा, आजी
पुरुष मित्र	आई
स्त्री मित्र	वडील
शिक्षक	भाऊ
साहेब	बहीण
सहकारी	मित्र
शेजारी	मैत्रीण
अन्य नातेवाईक	

पाऊल तिसरे : अडथळ्यांना बांध घाला

पुढीलपैकी किमान एका प्रकारात कृती करा.

- ✦ कमी संबंध ठेवा. त्यामुळे त्यांच्याबरोबर कमी वेळ जाईल, पण जोडीदाराशी विवाह झाला असेल तर हे कठीण आहे.
- ✦ तुम्हाला ज्यांच्या संगतीत चांगलं वाटतं त्यांच्याबरोबर जास्त वेळ घालवा.
- ✦ अडथळा आणणाऱ्या लोकांना अधिक सकारात्मक बनायला सांगा. पाठिंबा द्यायला सांगा.
- ✦ तुम्हाला मागे ओढत असल्याचे ध्यानात येताच अधिक सकारात्मक बना. जोमानं कामाला लागा. विरोधक त्याचा द्वेष करतात.
- ✦ होणाऱ्या टीकेस उघडपणे उत्तर द्या.

- अडथळे आणणारे नेहमीपेक्षा जास्तच नकारात्मक झाले असतील तेव्हा त्यांना ते ठीक आहेत ना हे विचारा.
- तुमच्या निवांत क्षणी ते येणार असतील तर त्यास नकार द्या.

आत्मविश्वासपूर्वक विचार

तुम्ही जसा विचार कराल तसा आत्मविश्वास मनामध्ये तयार होतो. निराशेचे अडथळे दूर करण्यासाठी भविष्यात आत्मविश्वासानं जगण्यासाठी विचार करण्याच्या विविध पद्धती आहेत.

आत्मविश्वासानं जगणारे लोक स्वत:कडे यशस्वी होणार या भावनेनं पाहतात. ते स्वत:ला भाग्यवान समजतात. माझं 'फास्ट ट्रॅक टू द टॉप' हे पुस्तक कसं वाटलं असं मी ८० मुख्य कार्यपालकांना विचारलं. यशाचं गमक काय हा खास प्रश्न विचारला. बहुतेकांनी उत्तर दिलं की, यश हे नशिबावर अवलंबून आहे. मला हे उत्तर ऐकून जरा राग आला. खरंतर त्यांच्या प्रयत्नानं ते सारे मोठे झाले होते. त्यांच्या बाबतीत नशिबानं त्यांना लॉटरी लागली असं वाटत नव्हतं.

मी मानसोपचारतज्ज्ञ म्हणून बरेच वर्षं काम केलं. माझ्या असं लक्षात आलंय की, नैराश्य व पराभूत वृत्ती आणि आत्मविश्वास व यश या दोन्ही बाबतीत विचार करण्याच्या पद्धतीत फरक आढळून येतो. नैराश्याच्या अडथळ्याचं वर्णन मी पुढे केलंय. त्यावरून तुमची विचारपद्धती तुम्हास ओळखता येईल. त्यावर सकारात्मक कसं व्हायचं याचा उपायही सांगितला आहे.

नैराश्य अडथळा : १

'माझ्या बाबतीत नेहमी वाईटच घडतं'

मी कसंही वागलो, तरी आयुष्य मला सारखं छळत असल्याची भावना बाळगल्यास संकटकाळी तुम्ही प्रयत्न सोडून देऊन असाहाय्य बनण्याची शक्यता अधिक असते. ही विचारपद्धती वाईट होय.

निर्वासितांसाठी असलेल्या वसतिगृहामध्ये मी एका स्वयंसेविकेशी बोलत होते. ती मला सांगत होती की, या वसतिगृहामध्ये प्रवेश करण्यापूर्वी मी काही तरुणींशी चर्चा केली. त्या या वसतिगृहात येण्यापूर्वी भविष्यकाळाबद्दल आशावादी होत्या. परंतु वसतिगृहात येऊन दोन आठवडे होताच, त्या आपल्या घनिष्ठ मैत्रिणींशी बोलू लागताच त्यांना आपली प्रगती थांबल्यासारखी वाटली. आता

त्यांना भवितव्य नाही असं वाटू लागलं. इतरासारखं आपण पूर्ण निराशावादी विचाराचे झालो असं वाटलं. तिनं त्यांचं वर्णन निष्काळजी आणि सुधारण्यापलीकडे गेलेल्या असं केलं. वाईट विचारांची त्याना सवय झाली होती.

जरा लगेच तपासून पहा. तुम्ही 'नेहमी', 'कधीही नाही' असे शब्द वरचेवर वापरत असाल तर 'सदैव वाईट विचार' यात गुरफटत आहात. आणखी काही उदाहरणे.

- 'मला वाटतं ते तुला कधीही करावंसं वाटत नाही.'
- 'आहाराचे नियम निरुपयोगी असतात.'
- 'मी नेहमीच असा अडचणीत सापडतो.'

उपाय

वाईट घडणं हा तात्पुरता बसलेला फटका आहे. पुन्हा वेगानं कामाला लागा. सकारात्मक विचार करा. मग याला सदैव न म्हणता 'कधीतरी वाईट विचार' या सदरात आणता येईल. उदाहरणार्थ –

- तुला आवडणाऱ्या गोष्टी करायला तुला आवडते. पण त्याशिवाय मला आवडणाऱ्या गोष्टीही अधूनमधून केल्यास तर चांगलं होईल.
- मी थकलेलो असलो की, आहाराचे नियम मला उपयोगी पडत नाहीत. मी आरामात असतो तेव्हा मला त्याचा उपयोग होईल.
- मी आता गोंधळलोय. पण मी त्यातून लवकरच बाहेर पडेन.

नैराश्य अडथळा : २

'माझ्या नशिबानं आजचं काम झालं. मी पैजेवर सांगतो ते उद्या होणार नाही'

चांगलं काही घडलं तर ते तात्पुरत्या नशिबानं घडलं असं मानणं ही अंधश्रद्धा होय. काही लोकांना नैराश्यानं बोलण्याची सवय असते. त्यांच्या यशाबद्दल अभिनंदन करावं तर ते म्हणतात, 'धन्यवाद. पण हे तात्पुरतं आहे. फार काळ टिकणारं नाही.' सर्व काही चांगलं आहे असं म्हणायला ते घाबरत असतात. ते यशस्वी झाले तरी त्यात नशिबाचा भाग हा ते मध्ये आणत असतात. त्यांचे आवडते शब्द असतात, 'माझ्या नशिबानं,' आणि गालबोट लावणारे शब्द असतात 'फक्त', 'थोडं.'

अंधश्रद्धेच्या विचारातील शब्द असतात :

- पूर्वी एवढंच यश मला मिळालं. ते केव्हाही नाहीसं होऊ शकतं.

- बाकीचे सर्व नापास झाल्यामुळे मी पास झालो. मग पुन्हा परीक्षेला बसावं लागलं तर जमेल का नाही ही शंकाच आहे.
- मला इतरांनी मदत केली तरच यश प्राप्त होतं.

उपाय

तुम्ही विजयी होऊ शकता आणि हे यश सतत प्राप्त न होण्याचं काहीही कारण नाही असा विचार केल्यास अंधश्रद्धा कमी होईल. सकारात्मकतेचे हृदय म्हणजे हे विजयी विचार होत. ते त्याला त्याचे भवितव्य घडविण्यास मदत करतात. इथं नशिबाचा संबंध नसतो. आपण जिंकणारे आहोत या विचारावर ते अवलंबून असते.

उदा. मी नोकरी सोडून स्वत:चा व्यवसाय करायचा ठरवलं हा जरा भयंकरच विचार होता. त्या वेळी माझी आई मला म्हणाली, ''काळजी करू नकोस. यातून चांगलंच घडेल. नेहमी चांगलंच होत असतं.'' त्यानंतर माझा व्यवसाय चांगला चालला. भरपूर पैसा कमावला. आईच्या या विजयी विचारांचा मला चांगलाच लाभ झाला. विजयी विचाराचं हे सुंदर उदाहरण आहे. अशीच काही भाग्यवान विचाराची उदाहरणं पाहू या.

- मोठ्या गोष्टी माझ्या हातून घडणारच.
- माझ्या चिकाटीमुळे मी यशस्वी होतो.
- यशस्वी लोकांचा गट बनविण्यासाठी मी त्यांना प्रेरणा देण्यात वाकबगार आहे. मी हे सर्व कंपनीसाठी करू शकेन.

नैराश्य अडथळा : ३

'मला हीसुद्धा नोकरी मिळाली नाही. मी नोकरीसाठी अपात्र ठरत आहे'

विचाराबाबत सर्वत्र एक मत बनलंय. ते म्हणजे एक गोष्ट घडली की, ती तुमच्या आयुष्याच्या सर्व बाजूंवर परिणाम करते. दुसऱ्या शब्दांत सांगायचं तर काही झालं तरी 'पराजय' किंवा 'जय' हे असणारच. सतत पराजयाचाच विचार केल्यास तुम्ही तुमच्या भवितव्याच खच्चीकरण कराल. जीवन पूर्णपणे उद्ध्वस्त होईल. याचा परिणाम म्हणून नैराश्य येईल.

'असं सदा सर्वदा घडतं व वाईटच होतं' या विचाराची अजून काही उदाहरणे पाहू या :

- माझी नोकरी गेली. मी पूर्णपणे अपयशी ठरलो.

- मी आकर्षक व्यक्तिमत्त्वाचा नाही.
- सरकार म्हणजे वेळेचा पूर्णपणे दुरुपयोग होय.

उपाय

सर्व क्षेत्रात अपयशी ठरण्यापेक्षा फक्त एकाच क्षेत्रात कमी यश प्राप्त झालंय असं पहा. ठरावीक क्षेत्रात मागे आहे म्हटल्यावर तेवढाच प्रश्न सोडविता येतो. जेव्हा तुम्ही सर्वच बाबतीत असं होतं असं म्हणू लागता तेव्हा आता आयुष्यात कोणतीही आशा राहिली नाही; आता कोणताही चांगला बदल होणार नाही असे विचार निर्माण होतात.

सकारात्मक पर्याय

- चांगलं काही झालं तर तुमच्या आयुष्यात नेहमीच चांगलं घडतं या अर्थानं त्याचा विचार करा. 'रीडर्स डायजेस्ट' स्पर्धेच्या वेळी एकानं केलेलं भाषण आठवतं. छोटं बक्षीस मिळाल्यामुळे एखाद्या व्यक्तीमध्ये मोठा बदल घडून त्याला तो विजेता असल्याचा अनुभव येतो, असं त्यात म्हटलं होतं. हे फक्त रीडर्स डाजजेस्ट स्पर्धेमध्येच नाही तर नेहमी घडतं.
- कठीण परिस्थितीतही आपण जिंकणार ही भावना ठेवा. बेघर लोकांच्या प्रश्नाबाबत मी सध्या कार्य करत आहे. अपार्टमेंटमधील तळात मोडतोड करून प्रवेश करताना एक जण पकडला गेला होता. त्यानं मला ही गोष्ट सांगितली. मध्यरात्री आवाजानं घराचा मालक जागा झाला. खिडकीबाहेर तो तरुण उभा होता... खिडकाचा पडदा बाजूला सारून मालकानं त्याच्याशी भांडण सुरू केलं. घरमालकाच्या लक्षात आलं की, त्याच्यापुढे आपला टिकाव लागणार नाही. हे पाहून त्याने पोलिसांना बोलावलं. त्याच्याविरुद्ध पोलिसांना पुरावा मिळाला नाही. लोखंडी पहार, लुटीची खूण, बोटांचे ठसे काहीच मिळालं नाही. तरीही पोलिसांनी त्याला अटक केली. त्याच्यावर खटला दाखल केला. वकिलांनी त्याला तो त्या वेळी काय करत होता हे विचारलं. त्यानं उत्तर दिलं की, तिथं खालच्या पायरीवर तो गाढ झोपला होता. उठून त्यानं अंगाला आळोखेपिळोखे दिले. नंतर त्यांनी वकिलांनाच विचारले की, निर्धास्त माणसाला जमिनीवरही चांगली झोप येते. याचा अनुभव तुम्हाला मिळू शकणार नाही. तुम्ही मात्र अस्वस्थतेमुळे नेहमी कुशी बदलत राहणार. सर्वत्र अस्वस्थ शांतता पसरली. वकील खाली बसले. वेळेपूर्वीच त्याची उलटतपासणी संपली.

दोन मिनिटांतच न्यायाधीशांनी निर्णय दिला. त्याच्याविरुद्धचा दावा रद्द केला गेला.

या गोष्टीतलं तात्पर्य पहा. आपल्याला लॉटरी लागल्याप्रमाणे त्याचा चेहरा प्रफुल्लित झालेला होता. पूर्वी तो काही आठवडे पोलिसांच्या शोध-यादीत होता. तरीही एक दिवस तो विजयी झाला होता. मी विचार करू लागले की, या खटल्यासाठी झालेला खर्च, वकिलाची फी, न्यायाधीशांचे पगार, त्यांच्या पूर्वीच्या शिक्षणावर झालेला विद्यापीठांचा खर्च हा केवढा झाला असणार. त्या तरुणाच्या मागे केवढी विरुद्ध शक्ती लागली होती. तरीही त्या दिवशी सारं त्याच्या बाजूनं झालं.

सारांशानं सांगायचं तर :

वाईट प्रसंगी	
निराशावादी विचार करतात	**आशावादी म्हणतात**
जीवनात त्यांना नेहमीच अपयश येतं.	काही वेळा अगदी थोड्या प्रसंगी त्यांना कमी यश मिळतं.

चांगल्या प्रसंगी	
निराशावादी विचार करतात.	**आशावादी विचार करतात.**
क्वचितच	नेहमीच
विशिष्ट परिस्थितीत त्यांना यश मिळण्याची शक्यता असते.	सर्व क्षेत्रात त्यांना यश मिळतं.

नैराश्याचा अडथळा : ४

'त्यात माझंच चुकतं'

वैयक्तिक किंवा 'मी' विचार म्हणजे वाईट काही झालं की, स्वत:ला नावं ठेवत राहायचं. तुम्ही जेव्हा शांतपणे विचार कराल तेव्हा ध्यानात येईल की, चूक दुसऱ्या कोणाचीतरी झाली असेल. पण स्वत:ला कमी लेखण्याची प्रवृत्ती वाढत राहते.

याउलट 'मी नाही' विचारात ते सकारात्मक किंवा आशावादी वाटतं, पण ते खरंच असतं का? जो नेहमी दुसऱ्यांचंच चुकलं म्हणतो तो त्यांची मनं दुखावण्याची शक्यता असते. त्यामुळे शेवटी याचा उपयोग स्वत:कडे प्रामाणिकपणे पाहण्यापुरता होतो. माझ्या दृष्टीने या दोन्ही विचारपद्धती फारशा उपयोगाच्या नाहीत.

मी विचाराची काही उदाहरणे पहा :

- यात माझाच दोष होता.
- माझ्यामुळे संघ पराभूत झाला.
- माझ्या अयशस्वी वैवाहिक जीवनाला मीच जबाबदार आहे. मी लग्नास फारसा उत्सुक नव्हतोच.

मी नाही विचाराची उदाहरणे पहा :

- हे सारं त्यांच्यामुळे चुकलं.
- संघात मला सांभाळून घ्यायला हवं होतं.
- माझी सहचरणी लग्नासाठी योग्य नव्हती.

आपल्याला काही माणसं अशी आढळतात की ती स्वत: सोडून दुसऱ्यांना नेहमी नावं ठेवत असतात. त्यांना 'उतरत्या खांद्याचे' म्हणतात. काही चुकलं की ते त्यांची जबाबदारी झटकून टाकतात. पण तेच काही कौतुक करण्यासारखं असलं, की श्रेय लाटायला पुढे येतात. 'मी नाही' विचार हे माणसाला उद्धटपणाकडे नेतात. त्यात गर्वाचा उगम होतो.

चांगले प्रसंग घडतात तेव्हा ही विचारधारा विरुद्ध दिशेनं जाते. 'मी विचार करणारे' यश हे त्यांच्या प्रयत्नामुळे प्राप्त झालंय असं दिलखुलासपणे मान्य करतात. 'मी नाही' विचारसरणीचे लोक ऑस्कर पुरस्कार समारंभातल्या वक्त्याप्रमाणे दुसऱ्यांनाच श्रेय देत बसतात. त्या चित्रपटात काम केलेल्या मांजरालाही श्रेय देतात. तुम्ही जेव्हा त्यांचं अभिनंदन करता तेव्हा ते फार अस्वस्थ होतात. तुमचं सकारात्मक विधान आणि त्यांचा दृष्टिकोन यात फरक पडल्यामुळे हे घडतं. 'मी विचारसरणी'चा माणूस चांगलं काही घडलं की, तो जिंकण्यास पात्र होतोच अशी भावना बाळगतो.

मानसशास्त्रज्ञ मार्टिन सेलिग्मन 'सदासर्वदा' आणि 'सर्वच' या विचारापेक्षा मी विचाराला कमी लेखतात. सदासर्वदा आणि सर्वत्र या पद्धतीत कृतीला वाव आहे. मी विचारात फक्त भावनांना महत्त्व आहे. तुम्हाला तुमच्याबद्दल काय वाटतं एवढंच नियंत्रण त्यात होत असतं. माझ्या मते तुम्ही कसा विचार करता व त्यामुळे तुमच्याबद्दल तुम्हाला काय वाटते यावरच आत्मविश्वास ठरत असतो. प्रत्येक वाईट घटनेला जर आपण स्वत:लाच जबाबदार धरत असू तर स्वत:ची क्षमता कमी असल्याची भावना प्रबळ होईल. जग नैराश्यमय वाटेल. याउलट सतत दुसऱ्यांना नावं ठेवणंही बरोबर नाही. त्यामुळे स्वत:कडे पाहण्याची सवयच राहत नाही. स्वत:ची पात्रता लक्षात येत नाही. दुसऱ्या कोणी अडथळा निर्माण केल्यास त्यास सामोरं जाण्याची क्षमता राहत नाही.

समतोल विचार

आपल्या आयुष्यात वाईट घटना घडल्यास त्याबद्दल आपण कसा विचार करावा? माझ्यामुळेच झालं, त्यात माझीच पूर्णपणे चूक होती असा विचार करू नये. त्याचबरोबर फक्त दुसऱ्याचं चुकलं असंही मानू नये.

दोन्ही विचारांचा मेळ घालावा. त्यामुळे शांतपणे, विचार करून निर्णय घेता येतो. एखादी वादळी घटना घडल्यास आपण अस्वस्थ होतो. खचून जातो. त्याऐवजी तो प्रसंग कशामुळे, कोणामुळे घडला याचा विचार करावा. नुकसान कमी कसं करता येईल, पुढे काय करायचं, या प्रसंगातून कोणता धडा घ्यायचा, यातून सावरून पुढे कसं जायचं हे पाहावं.

आपण सकारात्मक असण्याच्या वृत्तीला झाकून टाकण्याचा हा प्रयत्न नाही. असा प्रयत्न काही अन्य पुस्तकात दिसून येतो. पण इथे नाही.

संकटात आत्मविश्वास प्राप्तीसाठी समतोल विचार

१. पुरावा

- तुमचं चुकलं असं समजायला काय पुरावा आहे?
- दुसऱ्याचं चुकलं असं मानायला काय पुरावा आहे?
- अनेक परिस्थितींमुळे असं घडलं असेल. ते कोणते प्रसंग आहेत?

२. पर्याय

- तुमचं विश्लेषण बरोबर आहे की चूक, हे सांगायला तुम्ही कोणते मित्र निवडाल? ते नि:पक्षपाती आहेत यावर तुमचा विश्वास आहे ना?
- त्यांची मते काय आहेत? तुमच्यापेक्षा ती कशी वेगळी आहेत?
- या क्षेत्रातले तज्ज्ञ कोण? त्यांची मदत घेता येईल का? त्यांना काय विचाराल?

३. शिक्षण

- पुढील वेळी कोणता नवा मार्ग निवडाल?
- अनुभवावरून तुम्ही काय शिकलात?
- हे करताना तुम्हाला कसं काय वाटलं?

४. कृती

- ✦ परिस्थितीतून मार्ग काढण्यासाठी आता तुम्हाला कोणाला भेटायला हवं?
- ✦ असं पुन्हा घडू नये यासाठी तुम्हाला काय करायला हवं?
- ✦ आता तुमची आत्मविश्वासाची पातळी कशी काय वाटते?

समतोल किंवा सारासार विचारासाठी केलेला अभ्यास कृतीत आणण्यास वेळ लावू नये. त्यासाठी एक-दोन फोन करावे लागतील. थोडाच वेळ द्यावा लागेल. सुरुवात म्हणून तुम्ही प्रथम परिणाम कागदावर लिहून काढा. तुमचं मनच कागदावर उत्तरेल. त्यावरून समाधानाच्या विधायक गोष्टी दिसतील. त्यामुळे प्रसंग लहान होतो. तुमचा प्रभाव व नियंत्रण वाढतं.

हल्लीच मी हा प्रयोग करून पाहिला. मी स्थापन केलेली कंपनी दुसऱ्यांच्या हाती देऊन आपण निवृत्त व्हावं का आपण त्यातच राहावं, असा प्रश्न होता. राहिल्यास आपण जोपासलेल्या मूल्यांप्रमाणे कंपनी काम करत नाही. त्यांचं बरोबर आणि माझं चूक असं होतं का? का याउलट होतं? पुन्हा मी माझा स्वतंत्र व्यवसाय सुरू करणं मला जमेल का? बाहेर पडावं, पण सर्वांशी पहिल्याप्रमाणेच सलोख्याचे संबंध कसे ठेवावेत?

मी वरीलप्रमाणे विषयाची मांडणी केली. मी एकट्यानं व्यवसाय करण्याची माझी क्षमता मित्रांनी, सहकाऱ्यांनी आणि तज्ज्ञांनी माझ्यापेक्षा जास्त धरली होती. हे पाहून मला सुखद धक्का बसला. सध्याची परिस्थिती माझ्यामुळे निर्माण झाली होती. परंतु त्याला माझ्यापेक्षाही अन्य जास्त जबाबदार होते. त्यामुळे मला एकट्यालाच जबाबदार धरण्याचं कारण नव्हतं. त्यामुळे कोणताही ठपका माझ्यावर न येता बाहेर पडण्याविषयीची चर्चा मला त्यांच्याशी नीटपणे करता आली. मी नवी रॉस टेलर लि. ही कंपनी स्थापन केली व त्यामुळेच हे पुस्तक लिहायला मला वेळ मिळाला.

समतोल विचार आणि लिंगभेद

स्त्रिया या समतोल विचाराजवळ येऊन अडकून पडतात. स्वत:ला मनातल्या मनात दोष देतात. पुढे जात नाहीत. हे चांगलं नसलं, तरी कटू सत्य आहे. याउलट पुरुष पहिले तीन टप्पे सोडून देऊन एकदम कृतीकडे वळतात. त्यामुळे आयुष्य हे सरळ सोपं होतं. तुसडेपणानं वागणाऱ्या बायकोला सोडा. लवकरात लवकर दुसरा विवाह करा. त्यामुळे बायकोला फारसा त्रास होणार नाही. स्वत:ला जाणण्याची क्रिया प्रबळ होणार नाही. त्यातून काहीच बोध घेतला गेला नाही... मग चुका पुन्हा पुन्हा होत राहतात. स्त्रियांना मात्र खातरी वाटत असते की, आपण पुरुषामध्ये बदल

घडवून आणू. हा लिंगभेदाप्रमाणे विचार होय. जगात उद्धटपणे वागणारी माणसं बाहेर वाट पाहत बसलेली असतातच.

या फरकामध्ये चांगलं किंवा वाईट असं काही नसतं. फक्त त्यामुळे आपल्याला पुढे काय करायचं हे ठरवायला मदत होते. स्त्रियांनी दोषाकडून कृतीकडे वाटचाल करावी. पुरुषांनी कोणते आरोप स्वीकारायचे आणि त्यातून काय शिकायचे हे पाहावे. मधला मार्ग पत्करावा.

पुरुष आणि स्त्रिया यांच्यात हा फरक का पडतो? सर्व जण सारखेच असतील तर आयुष्य कंटाळवाणं होईल. स्वभाव आणि पालनपोषण करणं यांचं मिश्रण हे दोहोंमध्ये कमीजास्त प्रमाणात आहे. मानसशास्त्राच्या दृष्टीनं दोघांच्या संज्ञातंतूंमध्येही फरक आहे. शिकलेल्या पुरुषांचा भर कृतीकडे कृती अधिक असते. तर स्त्रीमध्ये दुसऱ्याची काळजी घेणं, पालनपोषण करणं हे गुण अधिक असतात.

तात्पर्य

तुमच्या आयुष्यात नेहमी चांगल्या गोष्टी घडतात असा विचार करणारे आशावादी असतात. चांगल्या गोष्टी केव्हातरीच काही बाबतीतच घडतात. त्यामध्येही दुसऱ्यांचीच मदत अधिक असते अशा विचारावर मात करा.

वाईट गोष्टी नेहमीच सर्व क्षेत्रातच तुमच्या बाबतीत घडतात आणि चुकांबद्दल तुम्ही सदैव दुसऱ्यांनाच नावं ठेवता. अशा परिस्थितीत तुम्ही निराशावादी होण्याची शक्यता आहे. याउलट वाईट गोष्टी केव्हातरीच, काही बाबतीतच घडतात आणि हे चांगल्या-वाईट घटनांचं मिश्रण असतं असं माना.

काही वाईट घटना स्वत:मुळे घडतात तर काहींना आपण जबाबदार नसतो. यामुळे तुम्ही सकारात्मक होण्याच्या मार्गावर राहाल.

सारासार विचारशक्ती सत्य पाहण्यास शिकविते. तुमचे भाग्य तुमच्या हाती असल्याचं सांगते.

चिंता! चिंता!! चिंता!!!

काही लोक सदैव चिंताग्रस्त असतात. समाज चुकत आहे; साहेबांना चुकीच्या गोष्टी सांगणे, जेवताना चुकीचे काटे-चमचे वापरणे अशा गोष्टी त्यांच्या हातून घडत असतात. तुम्ही यामध्ये मोडता का? भविष्यात काय घडेल याची चिंता तुम्ही नेहमी करता का? आपण काळजी करत आहोत का नाही याचीसुद्धा काळजी करता का? 'असं झालं तर काय?' असा 'विचार' तुम्ही करत आहात असं मी म्हणेन. एखाद्या घटनेत सर्वाधिक वाईट हे तुमच्या बाबतीत घडेल अशी तुम्हाला भीती

वाटत असते, तुमच्या कृतीने काहीतरी गहजब होईल असे वाटते, उपस्थित सारे जण तुमच्याकडे रोखून पाहत आहेत, ते तुमचा धिक्कार करत आहेत, तुमचा चेहरा पडला आहे असे वाटते.

यावर उपाय म्हणून मनाचे दोन खेळ आहेत. मग तुम्ही धीट बनाल. जीवनात सदैव आत्मविश्वासपूर्वक वागाल.

परिणामाचा खेळ

सर्वाधिक भीती वाटलेला, त्रास झालेला प्रसंग आठवा. तो प्रसंग जीवनात आला आणि गेलाही. पण काय परिणाम होणार? तो जर जाण्यासाठीच आला होता तर कशाला चिंता? तुमचं ध्येय गाठण्यासाठी असं झालं तर विचार तत्त्व लावा. प्रसंगाला सामोरे जा. मग तुम्हाला जाणवेल की, वाटतं तेवढा हा प्रसंग अवघड नव्हता.

मी तुम्हाला एक उदाहरण देते. मी नाट्यगृहात गाण्यास जायचे. माझे शब्द विसरेन असं वाटायचं. झोपेतून मी दचकून उठायचे. माझ्यावर होणारा परिणाम असा होता :

माझ्यावरील परिणाम

- मी शब्द विसरले तर?
  मग होणारा परिणाम असेल –
- मी जागीच गोठून जाईन
  मग होणारा परिणाम असेल –
- मी मूर्ख आहे असं सभागृहाला वाटेल
  मग होणारा परिणाम असेल –
- मला पुन्हा कधीच गायला सांगायचे नाहीत.
  मग होणारा परिणाम असेल –
- संगीतात माझी वाटचाल थांबेल
  मग होणारा परिणाम असेल –
- मला दुसरं काही काम शोधावं लागेल.
  मग होणारा परिणाम असेल –

ठीक आहे, मी काहीतरी करण्याचाच नेहमी विचार करते.

आपल्या भीतीला शेवटी सामोर जावं लागण्याचे प्रसंग आपल्यावर क्वचितच येतात. जर आपणास त्या भीतीशी लढावंच लागलं तर आपल्यापुढे एकच पर्याय

राहतो. 'म्हणून काय झालं?' म्हणायचं. मी या मनाच्या खेळाचा वापर सुरू केला. मी गाताना शब्दावर जोर देऊ लागले. श्रोत्यांना सर्व शब्द माहिती नव्हतेच. मी जसं अधिक गाऊ लागले तशी माझी भीती कमी झाली. गाण्यामध्ये रस वाटू लागला. चुका होऊ नयेत ही भीती मनातून गेली. आता कोणत्याही संकटाला तोंड देण्यास मी सज्ज आहे असा मनाचा निर्धार झाला. तुमच्यावरील परिणाम तपासून घ्या.

परिणाम मनाचा खेळ

मोकळ्या जागेत तुम्हाला सर्वाधिक वाटलेली भीती किंवा वाईट प्रसंग लिहा.

जर .... घडलं तर?

मग परिणाम काय होईल ....

....

त्याचा परिणाम असा होईल ....

....

आणि मग त्याचा परिणाम असा होईल ....

....

शेवटी त्याचा परिणाम असा होईल ....

....

म्हणून काय झालं?

काही प्रसंगांचं असं लिहून काढल्यावर तुम्हाला चांगला सराव होईल. मग तुम्ही उडी मारून 'म्हणून काय झालं?' या टप्प्यावर येऊ शकता. ही आत्मविश्वास वाढल्याची खूण आहे. आता ते तुमचे ध्येय ठेवा.

विजय पहा

एकाच्या मनाच्या खेळापेक्षा खेळांच्या मालिकाच आज उपलब्ध आहेत.

प्रथम जिंकलो तो क्षण

मला २००० लोकांपुढे बोलायचे होते. मनात काळजी होती. मी एक दृश्य माझ्या मनापुढे आणेन. ती काळजी त्या दृश्यानं मी नाहीशी करेन. सभागृहाजवळ द्वारपाल मोठ्या झाडूनं माझ्या काळजीचा पालापाचोळा झाडून टाकत आहे. मग मी माझ्याशीच बोलते, 'त्याची चिंता आता कशाला? मी फक्त एक दिवस आधी

काळजी करेन.' जेव्हा आदला दिवस येईल तेव्हा पुन्हा चिंतेचा पालापाचोळा झाडल्याचे चित्र डोळ्यापुढे आणेन व म्हणेन, 'व्याख्यानाच्या एक तास आधी पाहू.' जेव्हा ती वेळ येईल तेव्हा पुन्हा ते चित्र पाहीन व म्हणेन, 'काळजी नंतर करू.' त्यानंतर काळजी करायला वेळच मिळणार नाही.

या चित्रात मी घरगुती झाडूचं उपकरण वापरलं व माझी काळजी दूर केली. पण ते उपकरण आपण कधीच वापरत नसलो तरी ते मला या वेळी उपयोगी पडलं. चिंता ही सदैव छळत असते. ती माझं यश कमी करत असते. तुम्ही चिंता दूर करण्यासाठी तुम्हाला सोयीचं दृश्य डोळ्यापुढे आणा. फक्त दृश्यातील हालचाली शांत आणि दिलासा देणाऱ्या असाव्यात.

यशाचं दुसरं चित्र

दुसऱ्या खेळात मी नव्या गोष्टींचा वापर केला. भीतीवर स्वार होण्याचं आव्हान होतं. मी सकाळपासूनचा दिवस आठवायला सुरुवात केली. मी पलंगाच्या एका कडेला बसतेय. मला प्रत्येक क्षणाला यश प्राप्त होतंय. हे मी माझ्या मनाला सांगतेय. पहिली चर्चा व्यवस्थित पार पडली. आता ते माझं ऐकू लागले. सकाळ तर यशस्वीपणे पार पडली. नंतरच्या बैठकीतही कोणताच प्रश्न निर्माण झाला नाही. मी सांगत असलेलं त्यांना आवडत होतं. आता जेवणाची वेळ झाली. म्हणजे अर्धा दिवस पार पडला. मी आता आरामात बसले आहे.

तुम्हाला कल्पना आली ना? मी मला जसजशी यशस्वी झाल्याचं पाहू लागते तसतशी माझी भीती कमी-कमी होत जाते. चुकीच्या कल्पना आपल्याला चिंताग्रस्त बनवतात. मग आयुष्यात आत्मविश्वासानं पुढे जाणं अवघड वाटू लागतं.

तिसरं विजयी दृश्य

तुमच्या चिंता तुमच्या स्वप्नांचा चुराडा करू शकतात. त्या चिंता स्वप्नात उतरून छळत राहतात.

माझ्या काही मित्रांच्या बाबतीत हे घडलंय. एक जण स्वप्नात उंचावरून खाली पडला. दुसरा आग लागलेल्या इमारतीत अडकला, तिसऱ्याची गाडी कुठेतरी धडकली. हे सारं परीक्षेपूर्वी होत होतं.

माझ्या बाबतीत सांगायचं तर व्यासपीठावर मी उभी होते. बोलण्याचे शब्द तर विसरलेच, पण कार्यक्रमाचं नावही आठवेना. हे खरंच घडतंय या भीतीनं मी झोपेतून जागी झाले तर घामानं डबडबलेली होते.

या परिस्थितीतून मार्ग काढायचा असेल तर तुमचं स्वप्न बदला. ती बदलल्याचं माझ्या मित्रांनी सांगितलं. त्यानंतर त्यांना पंख फुटले व ते इमारतीवरून अलगद

उडत उडत खाली आले. जळत्या इमारतीतून पॅराशूटच्या साहाय्यानं बाहेर उतरले. प्रकाशाच्या वेगापेक्षा वेगानं गाडी पुढे गेल्यामुळे धडक झाली नाही. यासाठी झोपी जाण्यापूर्वी वाढीव स्वप्नाची आखणी करायची.

माझ्या स्वप्नात जेव्हा मला व्यासपीठावर शब्द आठवेनात व मी काय गातेय हे ध्यानात येईना तेव्हा मी सरळ श्रोत्यांना पुढे काय आहे हे विचारले. तुमचा उपाय हा तर्कसंगत असावा असं नाही. तो तुम्हाला परिस्थितीतून बाहेर काढतो.

सारांशानं सांगायचं तर मनाचे खेळ खेळा. भरकटणाऱ्या कल्पनांना यशस्वी चित्रांमध्ये रूपांतरित करा.

- मनातील काळजीचा पालापाचोळा झाडून टाका किंवा स्वत:ला आवडेल ते चित्र निर्माण करा.
- दिवसातील प्रत्येक क्षण आधीच पहा. प्रत्येक टप्प्यावर तुम्ही प्रभावशाली झाल्याचं पहा.
- तुमची स्वप्नं बदला. तुम्ही स्वप्नांवर स्वार व्हा. हे झोपण्यापूर्वीच करा. या सर्व गोष्टी तुमचे विचार तुमच्या नियंत्रणात ठेवण्यास साहाय्य करतात.

चक्राकार विचार

माझी आणखी एक निरुपयोगी अशी विचाराची पद्धती होती. मला झोप येत नसली किंवा मी रात्री मध्येच जागी झाले तर हा विचार सुरू व्हायचा. त्या दिवशी घडलेल्या एखाद्या गोष्टीमुळे मला चिंता वाटत राहायची. त्या गोष्टीचा विविध दृष्टिकोनातून विचार करायची. हा विचार चक्राप्रमाणे फिरत राहायचा आणि मी तासन्तास जागी राहायची.

या विचारपद्धतीमध्ये माझा कोणताच निर्णय व्हायचा नाही हे माझ्या ध्यानात आलं. त्यामुळे मी फक्त अस्वस्थ व्हायचे. त्यासाठी मी काही नियम शोधून काढले.

चक्राकार विचारपद्धतीला सरळ रेषेत आणण्याचे नियम

- या प्रयोगांसाठी बिछान्याजवळ पेन आणि कागद ठेवा.
- दिवसातील प्रसंगाच्या काळजीमुळे तुम्ही २० मिनिटांपेक्षा जास्त वेळ जागे असाल तर उठा व तो प्रसंग लिहून काढा.
- यादी लिहून झाली असेल तर सोडवायचा प्रश्न काय आहे ते लिहा. यामध्ये कोणाशी संपर्क करायला हवा त्या लोकांची यादी तयार करा.

- ज्या बाबतीत तुम्ही काहीच करू शकत नाही त्या गोष्टी कागदावरून खोडा.
- स्वत:ला सांगा की, सकाळपर्यंत हे कमी त्रासाचं झालेलं असेल.
- मग झोपी जा. माझ्या असं ध्यानात आलं की, कागदावर प्रश्न उतरविण्यामागं एक निश्चित सिद्धान्त आहे. यात प्रश्न काय आहे हे ठरतं. त्यामुळे त्यावर काय उपाय शक्य आहेत हे दृष्टिपथात येतं.

जर तुम्ही प्रश्नामध्ये गुरफटलेले आहात आणि कोणत्या विचारपद्धतीचा सल्ला घ्यावा हे मनात येत नसेल तर एक लक्षात ठेवा. जेव्हा सर्व मार्ग निरुपयोगी ठरतात...

जेसी जॅक्सनची एक चांगली गोष्ट आहे. अमेरिकेतील काळ्या लोकांना प्रतिष्ठा मिळवून देण्याचे तो प्रयत्न करत होता. त्या लोकांच्या मेळाव्यात तो त्यांना मंत्र म्हणायला सांगायचा. 'मी विशेष कोणी आहे.' जर आपण जमिनीवर चिरडलेले फळ आहोत असं वाटत असेल तर म्हणत रहा – 'मी विशेष कोणी आहे.' जीवनात मरगळल्यासारखं वाटलं तर त्यामध्ये सोयीप्रमाणे तुम्ही वाढ करा. उदा. 'मला सन्मान मिळेल असा मी कोणी आहे' किंवा 'मी कोणीतरी विजेता आहे' किंवा 'खास जाणून घ्यावा असा मी आहे.' रोज सकाळी किमान तीन वेळा मंत्राप्रमाणे म्हणा. गुण येईपर्यंत हे चालू ठेवा.

भावना

इमोशनल इंटेलिजन्स (भावनिक बुद्धिमत्ता) या विषयाबद्दल प्रसिद्ध असलेले डॅबिअल गोलमन यांच्या म्हणण्याप्रमाणे भावना नसतील तर आपण यंत्रवत होऊ. एखाद्या महत्त्वाच्या बैठकीमध्ये एखाद्याच्या डोळ्यांतून अश्रूंच्या धारा वाहू लागतात. बाकीचे मात्र त्याकडे थंडपणे पाहत राहतात. योग्य वेळी योग्य त्या भावना आपण व्यक्त करायला हव्यात. त्यासाठी भावनांवर नियंत्रण ठेवणं आणि त्यांना वाट करून देणं हे दोन्ही साधायला हवं.

प्रत्येकाचा भावनांकडे पाहण्याचा दृष्टिकोन वेगळा असतो. मी पुढे या संदर्भातील बरीच उदाहरणे दिली आहेत. त्यातील तुम्हाला कोणते उपयोगी पडते ते पहा.

१. तुम्ही तीव्र भावना शक्यतो टाळता. अंगी नम्रपणा असल्यामुळे अशा भावना आपोआप विरून जातील या दृष्टीनं त्या व्यक्त करणं तुम्हाला मूर्खपणाचं वाटत. पण तीव्र भावनांचा तुम्ही अनुभव घेतलेला असतोच.

काही लोक, खास करून ब्रिटिश लोक, त्रासदायक भावना व्यक्त कराव्या लागू नयेत म्हणून काहीही करतात. त्यामुळे बेलगाम भावनावेगाबद्दल ते

नाराजी व्यक्त करतात. फक्त ते सांत्वन मात्र करतील. त्यामुळे जीवनातील उत्कट क्षणांचं वैभव ते अनुभवू शकत नाहीत.

रॉनचं वैवाहिक जीवन सुखी नव्हतं. मधुचंद्राच्या रात्री त्याच्याकडून चूक झाल्याची त्याला जाणीव झाली. त्याचं पत्नीवर प्रेम नव्हतं. त्यानं तिच्याशी कधीही विवाह करायला नको होता. त्याची अनेक प्रेमप्रकरणं होती, पण त्यामुळे हा विवाह मोडण्यासारखी परिस्थिती नव्हती. त्याचं प्रेम होतं अशी स्त्री भेटेपर्यंत ते लग्न टिकलं. 'प्रेम हा समाजाचा आधारस्तंभ आहे,' या त्याच्या विचाराला या प्रकरणामुळे तडा गेला. त्याला त्याच्या पत्नीकडून अपशब्द उच्चारले जाण्याची व ती भावनिक उद्रेक करण्याची भीती वाटत होती. ती रागावली तरी त्यात तिची काही चूक नव्हती. त्यामुळे आता प्रेमाकडे पाठ फिरवून मन:स्वास्थ्य प्राप्त करणं शक्य होतं.

२. **भावनिक अनुभव घेण्यास तुम्ही नकार देता. त्यामुळे चांगल्या आणि वाईट वेळीही तुम्ही स्वत:ला शांत ठेवता.**

तुम्हाला काहीच वाटत नाही असं कधीकधी दाखवणं, सोंग करणं सोपं असतं. तुम्ही भावनांपासून दूर जाण्याचा प्रयत्न करता. कारण त्या भावनांना सामोरं जाणं म्हणजे तुमच्यात बरेच बदल करावे लागणार.

क्रीसला तिचा जोडीदार सतत कमी लेखत होता. तो मित्रांदेखत तिला अपमानित करत होता. ते एकाच कंपनीत नोकरी करत होते. दोघेही एकाच मीटिंगमध्ये असले तर तो तिला कमी लेखत होता. क्रीस हे हसण्यावारी नेत होती. त्याला तसं म्हणायचं नव्हतं असं समजत होती. वर त्याच्याकडून बोलण्याचा अतिरेक झाल्यावर शेवटी तिच्या सहनशीलतेचा अंत झाला. तिनं त्याला सोडण्याचा निर्णय घेतला. नंतर मित्रांना ती ज्या अवघड परिस्थितीतून गेली ते सांगितलं. ज्या कडक शब्दांत तिला नाकारल्याचं सांगितलं गेलं ते ऐकून तिला धक्काच बसला.

घटस्फोटानंतर त्यांना एकाच प्रकल्पावर काही दिवस एकत्रच काम करावं लागलं. सहकाऱ्यांदेखत तिला त्याच्याशी हस्तांदोलन करावं लागलं. तिनं त्याला जरा बाजूला नेलं आणि पुन्हा तसं न बोलण्याबद्दल सांगितलं. तो सर्दच झाला. आता ती विचार करू लागली. त्याचं मत किती विरुद्ध झालं होतं, ते जाणवलं. त्या मानानं त्याच्याशी प्रतिकार करण्याचा तिनं पूर्वी फारसा प्रयत्नही केला नव्हता हे ध्यानात आलं.

३. **वरवरच्या भावनांपासून लवकर सुटका करून घ्या. तुम्ही रागावलेले असाल तर त्या भावनांचे तुकडे करून टाका. काही मिनिटांतच तुम्हाला आरामदायी वाटेल.**

तणावमुक्तीचा मार्ग म्हणून काही लोक भावनांचा वापर करतात. ते फूटबॉलच्या मैदानावर चालेल, किंवा दु:खद चित्रपटाच्या तिकीट विक्रीस उपयोगी पडेल. परंतु भावना या हिंसेच्या मार्गानं व्यक्त झाल्याच्या पाठीमागे काटा काढण्याचा उद्देश असेल तर व्यक्तीमधील संबंध दुरावतील. भावना व्यक्त झाल्यानं बरं वाटेल, पण नंतर त्याचा काय उपयोग होणार?

जेनी ही हुशार तरुणी होती; परंतु तिच्याशी संबंध जोडण्यास लोक तयार नसत. तिच्याशी कोणाचे मतभेद झाले तर ती युद्धाचा पवित्रा घेई. किंवा तिच्या वकिलाकडून नोटीस येई. तिच्याशी मैत्री करणं, म्हणजे विस्तवाशी खेळणं होतं. अनेकांचा तिच्यापुढे टिकाव लागला नाही. 'माझंच बरोबर' हे तिचं म्हणणं होतं. ते सर्वांनी मानलंच पाहिजे असा तिचा आग्रह होता. ती जे करते त्यातील सर्व गोष्टी तिला माहिती असतात हेही सर्वांनी मानलं पाहिजे. परंतु तिचा राग म्हणजे तिच्या शत्रूच्या संख्येत वाढ करणं होतं. एकंदरीत तिच्यापासून खूप जण दूर गेले. तिची कोणाशीही मैत्री दीर्घकाळ का टिकली नाही, लोकांनी तिला का टाळलं हे तिच्या कधीही ध्यानात आलं नाही.

४. भावना प्रबळ होऊ लागताच त्यांच्याकडे लक्ष द्यायला हवं. मी त्याकडे दुर्लक्ष केलं तर मला त्रास होणार. सगळं काही बरोबर चाललं नसल्याची ती खूण असते. परिस्थितीत मला बदल करायला हवा.

हा शेवटचा मार्ग सर्वांनी अंगीकारावा असा आहे. भावनांपासून पळून जाता येत नाही. त्या नाहीशा होत नाहीत. त्या गेल्यात असं वाटतं, पण त्या वेगानं परत येतात. बऱ्याचदा नको तेव्हाही येतात. मी जखमी सैनिकांना समुपदेशन करण्याचं काम करत होते. जखमांनंतर वाढणारा तणाव जवानांना मान्य नव्हता. अशी अनेक युद्धं अशा तणावाशिवाय लढल्याचं ते सांगत. सुरुवातीस त्यांच्या प्रश्नाकडे फारसं कोणी गंभीरपणे पाहत नव्हतं. पण ते या प्रश्नांनी ग्रासलेले असत. परवा माझी एक मैत्रीण सांगत होती, तिचे ८५ वर्षांचे आजोबा गेल्या वर्षी नाताळमध्ये टीव्ही पाहत होते. ते पाहून त्यांना युद्धातील अनुभवांची आठवण आली आणि ते एकदम रडायला लागले. त्यांच्या कुटुंबाला वाईट वाटू नये म्हणून त्यांनी युद्धातील दृश्ये, भावना सांगितल्या नव्हत्या. त्याबद्दल ते कोठे बोलले नव्हते; पण त्या भावना त्यांच्या आत दबून बसल्या होत्या.

भावना दबून राहायला युद्धासारख्या काही असामान्य घटना घडाव्या लागतात असं नाही. घटस्फोट, नोकरी जाणं, मित्राचा किंवा जवळच्या नातेवाइकाचा

मृत्यू अशीही कारणे असू शकतात. भावना दबून राहिल्यास अल्सर आणि कॅन्सर होऊ शकतो. त्यासाठी रडणं किंवा ओरडणं यामुळे हृदयविकाराचा त्रास होऊ शकतो. असा माणूस समाजापासून दूर जाऊ लागतो. (अधिक माहितीसाठी पॉल मार्टिन यांचं 'द सिकनिंग माइंड' हे पुस्तक वाचा.) सारं लक्षात घेऊन आपण वेगळा मार्ग अनुसरू या.

भावनिक ज्ञानासाठी पाच पावले

पाऊल १ : स्वतःला काय वाटतंय ते जाणा

तुमच्या भावना शब्दांत सांगता आल्या तर ते उपयुक्त ठरतं. थोडा राग आला तरी तुम्ही आरडाओरडा करता का? प्रेम, सुख यात आपण भरून गेला आहात का? तुमचा वेळ चांगला जातो का?

भावनांची तीव्रता १ ते १०च्या पट्टीवर किती प्रमाणात आहे हे पाहणं मला सोयीचं वाटतं. त्यामुळे अस्वस्थता कमी करण्यास व परिस्थिती नियंत्रणात आणण्यास मदत होते. राग, अस्वस्थता अशा नकारात्मक त्रासदायक भावनांच्या वेळी ही पद्धती उपयोगी पडते. जर मी खूप आनंदी असेन तर आहे तशीच राहत जाईन.

भावनांना आहे तसं स्वीकारा. त्यांना बाहेर घालवण्याचा प्रयत्न करू नका. भावनांना त्यांना हवं तसं वागण्याचा हक्क असतो. त्या तसंच वागत असतात.

भावना वाईट किंवा चुकीच्या असतात असं वाटणं म्हणजे वेळेचा दुरुपयोग होय. त्या फक्त पाहत रहा.

पाऊल २ : भावनांचा संदेश वाचा

सध्याचे तुमचे नातेसंबंध चांगले नसतील तर ते का नाहीत हे स्वतःला विचारा, हे असं केव्हापासून होतंय ते पहा. त्यावर उपाय काय हे पहा.

मीटिंगनंतर तुम्ही अस्वस्थ व रागीट होत असाल तर इतर उपस्थितांना काय वाटलं हे विचारा. वेगळ्या भाषेत सांगायचं, तर समतोल विचार करायला शिका. जर तुमच्या अभ्यासाप्रमाणे लक्षण बरोबर नसेल तर भरपूर रागावरून तुम्ही कमी रागापर्यंत खाली याल.

मी एका तरुणीला शिकवीत होते. तिला फार एकाकी वाटत होतं. ती तिच्या पालकांसमवेत राहत होती. ती इतरांमध्ये क्वचितच मिसळायची. ती नेहमी तशीच होती का? नक्कीच नाही. त्यांच्या स्नेहीमंडळात ती नेहमी पुढाकार घेणारी होती. एक दिवस तिनं ठरवलं की, आपण मैत्रिणींना फोन करायचे नाहीत. काय होतंय ते पाहू. त्या पुढे येऊन कार्यक्रम आखतील का पाहू या. त्यांनी कोणी फोन केले

नाहीत. हिनेही फोन केले नाहीत. तिला भेटायला त्या फार उत्सुक नसतात असं अनुमान यावरून तिनं काढलं. काही मैत्रिणी लग्न होऊन दूर गेल्या. हिला यात एकाकी वाटू लागलं. त्याच वेळी मला ती भेटली.

मी तिला विचारलं, बाकी मैत्रिणी ही नसताना भेटतात का? तिच्या मते त्या भेटत नव्हत्या. मग तिनं स्वत:ला या विषयी लावून घेण्याचं काहीच कारण नव्हतं. खरं पाहिलं तर त्या सर्व वेगवेगळ्या ठिकाणी होत्या. त्यांना एकत्र आणण्याचा हिचा विचार होता. हिच्याबद्दल कोणाचेच वाईट मत नव्हते. मग हिच्या कार्यालयातून बाहेर पडली. तिच्या ध्यानात आलं की, आपण उगाचच अस्वस्थ आणि निराश झालो. आपण परिस्थितीचा वेगळा अर्थ लावला होता.

पण तिच्या एकाकीपणात तिनं मला विचारलं हे चांगलं केलं. भावनावश न होता कृतीकडे वळण्याचा संदेश तिनं घेतला होता.

पाऊल ३ : पूर्वीच्या यशांचा वापर करा

भावनांचा कोंडमारा झाल्यास त्या परिस्थितीतून बाहेर पडण्यासाठी मी मलाच काही प्रश्न विचारते –

- अशी स्थिती यापूर्वी केव्हा निर्माण झाली होती?
- त्यातून मी यशस्वीपणे बाहेर कशी पडले?
- आता मला कसे वाटते?

साधारपणे गोष्टी घडून जातात. आपण त्यातून निभावून जातो व आपली पुढील वाटचाल सुरू राहते. आपणास वाटतो तितका क्वचितच मोठा प्रश्न असतो.

तुम्हाला नैराश्य आलं की ती वेळ आठवा. तेव्हा तुम्ही काय केलंत? तुम्ही मित्राशी बोलायचं ठरवलंत, त्याच्याबरोबर हॉटेलात गेलात किंवा सिनेमाला गेलात. त्यामुळे तुम्हाला दिलासा मिळाला. जमवून घेण्याचे जितके अधिक प्रकार जाणून घ्याल तेवढं आयुष्य आनंददायी राहील.

पाऊल ४ : कृती करा

दुखावणे, भीती, राग, अस्वस्थता, चुकीची भावना, काळजी, दुर्लक्षित राहणे अशा त्रासदायक भावनांमागे काही कारण असतं.

जितकी लवकर कृती करू तेवढं भावनांवर त्वरित नियंत्रण राहू शकतं. नैराश्याची सुरुवात होतानाच कृती करून ते थांबवायचं. त्यामुळे थोडा त्रास होईल. तो परवडला, परंतु नंतर क्रोधाचा भडका तरी उडणार नाही.

काही वर्षांपूर्वीची गोष्ट आहे. आमच्या कंपनीची बैठक चालू होती. त्यामध्ये

माझ्या भावना दुखावल्या जातील असा विषय चालला होता. मी जो प्रकल्प सुरू करत होते त्यामध्ये कंपनीचे अध्यक्ष अचानक बदल करत होते. मला या गोष्टीचं खूप वाईट वाटलं. एवढ्यावरच हे थांबलं नाही. बैठकीत मी ऐकत होते. माझ्या भावना दुखावणाऱ्या गोष्टीत वाढच होत होती. माझ्याकडे सोपवलेले काम ते अप्रत्यक्षपणे काढून घेत होते. हा प्रकल्प ज्यांच्यामुळे यशस्वी होत होता, त्यातील काही लोकांना कामावरून कमी करण्याचा त्यांचा हेतू दिसत होता. माझी बाजू ऐकण्याच्या ते मन:स्थितीत नव्हते. त्यांनी निर्णय घेतले होते. आता यावर काहीच उपाय मला तरी दिसत नव्हता. मी रागावले होते. मी मित्रांशी आणि सल्लागारांशी चर्चा केली आणि माझ्या पदाचा राजीनामा दिला. माझी अस्वस्थता वाढविणारं त्यावेळचं वातावरण, माझी बाजू बरोबर असूनही माझ्याकडे केलेलं पूर्ण दुर्लक्ष, यामुळे मला कृती करण्याचा निर्णय घेण्यास मदत झाली.

पाऊल ५ : सकारात्मक भावनांवर लक्ष केंद्रित करा

आयुष्यात प्रगतीकडे नेणाऱ्या भावना, मनाची मशागत करून कार्यप्रवण करणाऱ्या भावना नकारात्मक वृत्तीस दूर करतात. हे जाणून वागा. मग आयुष्यात वाईट गोष्टी घडणार नाहीत.

प्रेम, बक्षीस, प्रेरणा, उत्साह, समरसता, ऊर्जा, बांधिलकी या सर्वशक्तिमान भावना आहेत. त्या तुमच्याकडे पुरेशा नसतील तर त्यांच्या प्राप्तीसाठी तुमच्यामध्ये आवश्यक ते बदल करा. त्यासाठी पुरेसे पैसे मिळणं, व्यवसायात योग्य भागीदार प्राप्त होणं, आपली मुलं असणं यासाठी थांबू नका. आताच कृती करा.

कृती

तुमच्या वागणुकीत कसा बदल करावा आणि लोक तुमच्याशी कसे वागतील याची चर्चा या प्रकरणात केली आहे.

देहबोलीचा उपयोग

आत्मविश्वास दर्शविणारी देहबोली असण्यासाठी आत्मविश्वास तुमच्यात असलाच पाहिजे असं नाही. फक्त पाठीचा कणा ताठ ठेवा. ज्याच्याशी बोलायचंय त्याच्या नजरेत पाहून बोला. यामुळे तुमच्यातील आत्मविश्वास वाढल्याचं तुम्हाला जाणवेल. हास्य हे फार मौल्यवान असतं. आरामदायी असं तुमचं हास्यवदन असेल, तर तुम्ही आत्मविश्वासपूर्ण आहात असं समजा.

मूलभूत उपाय

- ✦ हसतमुख रहा. त्यामुळे तुमचं शरीर मेंदूला पुरवणारं एक आनंददायी रसायन निर्माण करतं. त्यामुळे ऊर्जा निर्माण होते. गतिमानता येते. आत्मविश्वास वाढतो.
- ✦ ताठ चला. तुमची खरी उंची किती आहे याला महत्त्व नसतं.
- ✦ डोळ्यांत पाहून बोला. काळजीपूर्वक ऐका. समोरच्याचं म्हणणं पटत असेल तेव्हा मानेनं होकार द्या.
- ✦ हाताची घडी घालून बसू नका. घडी घालणं म्हणजे दुसऱ्याचं स्वागत न करणारा, मोकळेपणानं न बोलणारा असा अर्थ निघू शकतो.
- ✦ प्रथम भेटीच्या वेळी हस्तांदोलन करा. ही एक आवश्यक गोष्ट केली असं कदाचित वाटेल, परंतु त्यामुळे मोकळेपणा निर्माण होऊन जवळीक निर्माण होते. निघताना पुन्हा हस्तांदोलन करा. मधली भेट उपयुक्त झाली असेल तर त्यांच्या मुठीवर दुसरा हातही ठेवा. या देहबोलीचा चांगला प्रभाव पडतो, परंतु हे करताना तळमळ हवी. नुसता देखावा नको.
- ✦ बोलताना चेहऱ्याला हात लावू नका. तसा हात लावून बोलणं म्हणजे काळजीमध्ये असणं किंवा घाबरलेलं असणं होय.
- ✦ तुमच्या सोबत्याबरोबरचं काम खरंच व्हायचं असेल तर समोरच्याच्या डोळ्यात पहा. आपल्या गालाखाली एक हात ठेवा व त्या हाताला दुसऱ्या हातानं धरा.
- ✦ हातानं खुर्चीचा मागील उंच भाग पकडा. मग अधिकच आरामदायी व आत्मविश्वासदर्शक वाटेल.
- ✦ जरा अधिक हास्य चेहऱ्यावर ठेवा.

प्रत्येक वेळी दारातून आत येताना पाठ ताठ ठेवा. नजर समोर ठेवा. चेहऱ्यावर हास्य ठेवा. समोर कोण आहे हे तुम्हाला आधी माहिती नसतं. जमिनीकडे पाहून चालत आलात तर एका चांगल्या व्यक्तीच्या मैत्रीची संधी वाया जाईल. दरवाजा ही खूण समजा. तिथून आत्मविश्वासपूर्वक देहबोलीला सुरुवात करा. तुमच्या देहबोलीत तीन आठवडे बदल करा. आणखी नऊ आठवड्यांनी ती सवय बनेल. त्यानंतर मुद्दाम लक्ष देऊन तुम्हाला वागावं लागणार नाही. ते आपोआप घडेल. शिक्षणाचा हा गुणधर्मच आहे.

लेखापालासाठी प्रशिक्षण देतानाचा मला एक विनोद आठवला. तो सांगण्याचं मी धाडसच केलं.

लेखापाल खूप उत्साहात, आनंदात आहे हे कसं ओळखायचं?

तो स्वत:च्या पायाकडे न पाहता तुमच्या पायाकडे पाहू लागला तर! त्या वेळी ते सारे हसले. पण लोकांच्या मनामध्ये या व्यवसायाबद्दल किती खालची भावना आहे हे दिसून आलं.

त्वरित आत्मविश्वासासाठी उपाय

स्मितहास्य	**आनंदी, आत्मविश्वासदर्शक, आरामात**
नजरेत पाहणं	**मोकळ्या मनाचा, आत्मविश्वासपूर्वक संबंध प्रस्थापित करणारा**
ताठ मान, रुबाबदार शारीरिक ठेवण	**मोठा आत्मविश्वास**
मुक्त देहबोली	**मोकळा, प्रामाणिक**
एका बाजूला डोक कललेलं	**मन लावून ऐकणारा**
पुढे झुकलेला	**ऐकण्यात रस घेणारा**
मान डोलावणं	**दुसऱ्याची मतं पटत असल्याचं दर्शविणं**

दिसता कसे

दिसण्याला महत्त्व आहे. आपण चांगलं दिसावं असा प्रयत्न केलात तर तुमच्यातील आत्मविश्वास वाढेल.

टॉम पिटर, व्यवस्थापन शास्त्रातले गुरू यांचं टीव्हीवरचं भाषण मला आठवतं. त्या वेळी वर्षातील सर्वोत्कृष्ट वक्ता म्हणून त्यांची निवड झाली होती. चांगल्या व्याख्यानासाठी लागणारे दहा गुण त्यांनी हुशारीनं वापरले होते. त्या वेळी त्यांनी 'आपण दिसतो कसे' यालाही महत्त्व दिलं होतं.

त्यासाठी फार महागडे कपडे परिधान करावयास हवेत असे नाही. त्याच्याकडे तर एकच सूट होता. तो त्यानं पंचवीस वर्षं वापरला होता. सडपातळ असताना तो अंगाला छान बसत होता. पण जाड होऊ लागताच तो बसेनासा झाला.

ज्या उपस्थितांनी त्याला वर्षांतला सर्वोत्कृष्ट वक्ता म्हणून निवडलं होतं त्यांना त्याच्या बोलण्याचा मतितार्थ समजला. चाकोरीबद्ध ज्ञानाला हुशारीनं उत्तर मिळालं.

परंतु आपण मात्र टॉम पिटरसारखे प्रसिद्ध नसतो. त्यामुळे परिणाम साधण्यासाठी दिसणंही महत्त्वाचं असतं. पुरुषाकडे चांगला सूट हवाच. तो लग्न, धार्मिक कार्यक्रम, मुलाखती अशा वेळी उपयोगी पडतो. चांगल्या दर्जाचा महाग सूट लवकर चुरगाळला जात नाही. अगदी प्रवासातही चांगला राहतो.

तुम्हाला आवडो वा ना आवडो, अन्य लोक तुमच्या कपड्यावरून तुमची परीक्षा करतात. एखाद्या कामासाठी योग्य आहात ना हे जाणतात. मोठ्या विमा कंपनीत संचालक व्यवस्थापकाच्या पदासाठी मी एकाला प्रशिक्षण देत होते. कंपनीच्या लोकांना तो हुशार वाटला नाही. त्याचे केस खूप वाढलेले होते. ते मानेखाली आले होते. त्याचा जुना सूट चुरगळलेला होता. तो रुबाबदार वाटत नव्हता. मी त्याला केस कापायला सांगितलं. चांगला नवा सूट खरेदी करण्यास सुचवलं. त्यानं ते मानलं नाही. या खर्चात एखादी छान सहल होऊ शकते असं त्याला वाटलं. आपण संचालक झाल्यावर सूट खरेदी करावा असं त्यानं ठरवलं. पण यामुळे त्याचं व्यक्तिमत्त्व मुलाखतीमध्ये प्रभाव पाडू शकलं नाही.

महिलांकडे चांगलं जॅकेट असावं. कामावर असताना तरी किमान ते असावं. महागडे ड्रेस नसले तरी हे जॅकेट बरंचसं काम करेल. जॅकेट हे सत्ता, प्रभाव व विश्वसनीयतेचं प्रतीक असल्याचं मानसशास्त्रज्ञ सांगतात.

मी एकदा टीव्ही केंद्राला भेट दिली. तेथील महिलांनी दर वेळी महाग कपडे खरेदी केल्याचं मला समजल्यावर आश्चर्य वाटलं. दररोज वेगळे कपडे लागत होते. मग त्यांचा खर्च कितीतरी होणार.

माझ्या दृष्टीनं मात्र कपड्यांच्या फॅशनला फार महत्त्व नाही. परंतु व्यक्तीच्या उत्साह आणि ऊर्जेला मोठं महत्त्व आहे. तुमच्या जीवनात काही करण्याची तुम्ही प्रेरणा घेतली आहे असं दिसलं तर कपड्याच्या फॅशनबाबत तुम्हाला माफ केलं जाईल.

आपण थकलेले, घाबरलेले वाटू नये व आरोग्यदायी व धीट वाटावं असं वाटत असेल तर आपण परिधान करत असलेल्या पोशाखातील गळ्याभोवतीच्या वस्त्राचा रंग महत्त्वाचा आहे. त्या रंगाची छटा आपल्या चेहऱ्यावर पडत असते. त्यामुळे शरीर उजळून दिसते किंवा मलूल वाटते. पुरुषांनी शर्ट व टाय हा त्यांना शोभणारा घालावा. स्त्रियांनी साडी, ब्लाउज व स्कार्फचा योग्य तो रंग निवडावा.

आत्मविश्वास प्राप्त करा

✦ तुम्हाला न आवडणारे कपडे वापरणं थांबवा. बऱ्याच वेळा ते इतरांनी तुम्हाला भेट म्हणून दिलेले असतात. नातेवाईक व मित्र त्यांना आवडणाऱ्या रंगाचे कपडे निवडतात. तुमची आवड लक्षात घेतली जात नाही.

✦ स्वतः खरेदी केलेले व तुम्हाला चांगलं वाटणारे कपडे वापरा.

✦ सौम्य, फिक्या रंगाचे कपडे घेणं थांबवा.

✦ उजळ दिसतील असे कपडे खरेदी करा.

- ✦ केवळ स्टाइल म्हणून कपडे घेऊ नका.
- ✦ रंग ठरवून कपडे घेणं सुरू करा.

आतून बहरलेलं व्यक्तिमत्त्व ठेवा

'बाहेरून चांगले दिसणारे व ते आतून बहरलेले' असे रहा. मग आत्मविश्वास प्राप्त होणं जमलंच म्हणून समजा. या उलटची स्थिती म्हणजे आतून फुललेलं नाही व फक्त बाहेरून बहरलेलं दाखवणं होय. ह्या स्थितीत काय होतं ते पाहू या.

अशी मंडळी स्वत:च्या चिंता आणि प्रश्नांमध्ये गुरफटलेली असतात. त्यांना दुसऱ्याबद्दल काही करण्यासाठी वेळच नसतो. वास्तविक अशा वृत्तीची ती माणसं नव्हती. पण आत्मविश्वासाच्या अभावामुळे त्यांना स्वयंकेंद्रित केलंय. एखाद्या ठिकाणी अनेक माणसं असतात. तिथं जे जे नवखे आलेले असतात त्यांची स्थिती अशीच झालेली असते. त्यांच्यामध्ये 'तुमच्यापेक्षा माझी स्थिती वाईट आहे', असं म्हणण्याची स्पर्धा चाललेली असते.

हे सारं थांबवा. आतून बहरलेलं व्यक्तिमत्त्व ठेवा. पुढील गोष्टी करा –

- ✦ इतरांना आरामात राहू देण्याचं धोरण ठेवा. ते चिंता करत आहेत का हे पहा. त्यांची देहबोली पहा. त्यांचा आवाज नेहमीच्या सुरात आहे का तो चढलेला आहे याची नोंद घ्या.
- ✦ त्यांना प्रश्न विचारा व बोलकं करा. त्यांच्या विचारांना चालना मिळेल व मोकळेपणानं सविस्तर उत्तरं देता येतील असे प्रश्न विचारा. हे जमलं तर मग तुमचं काम राहतं ते केवळ ऐकण्याचं.
- ✦ 'संवादाचा पाया' असं म्हणता येईल असे काही उत्तेजन देणारे शब्द वापरून बोलणाऱ्याचा उत्साह वाढवा. उदा. 'हे फार मजेशीर आहे,' 'याबद्दल मला जरा अधिक माहिती द्या,' 'यामुळे माझी उत्सुकता वाढलीय.' तुम्ही पुढे काय म्हणणार आहात इकडे लगेच जाऊ नका.
- ✦ तुमच्या जवळच्या ज्ञानाची भर संवादात घाला. त्यामुळे इतरांना प्रोत्साहन मिळेल.
- ✦ त्यांच्या आणि आपल्यामध्ये साम्य आढळणाऱ्या, आस्था असणाऱ्या गोष्टी शोधा. त्यांच्या आणि आपल्यामध्ये अनुभवाचे पूल तयार होतात, तेव्हा आपण समाधानी असतो.
- ✦ समोरासमोर बोला म्हणजे त्यांची प्रतिक्रिया कळते. चेहऱ्यावर स्मितहास्य ठेवा, त्यामुळे समोरचे आरामात राहतील.
- ✦ तुम्ही दुसऱ्यांना प्रथमच भेटत असाल तर या गोष्टींचा जास्तीत जास्त

उपयोग करा. मग आपल्यामध्ये आत्मविश्वास कमी आहे अशी काळजी करण्याची वेळ तुमच्यावर येणार नाही. तुमचा आत्मविश्वास वाढलेला दिसेल.

कृती ही शब्दापेक्षा खूप बोलकी असते. ही जुनी, पण खरी म्हण आहे. तिचा प्रत्यक्षात वापर करा. मग मंडळे व संस्थांमध्ये जायला लागा. तिथे तुम्हाला खूप माणसं भेटतात.

स्वत:ला कमी लेखणे आणि आत्मविश्वासाची कमतरता हे दोन्ही हातात हात घालून जात असतात. त्यांचा आयुष्यात कधीही चांगला उपयोग होत नाही. आपला आत्मविश्वास वाढवा. अंतर्बाह्य व्यक्तिमत्त्वातून ते दिसू दे.

दहा सेकंदात आत्मविश्वासप्राप्तीच्या युक्त्या

- तुम्हाला नैराश्य आलं किंवा नकारात्मक विचारानं घेरलं तर ताबडतोब कृतिशील बना. बोला, वाचा, लिहा, चाला. समोरच्या भिंतीकडे पाहत बसणं सोडून द्या. एक तासाच्या आत हे थांबायला हवं. त्यासाठी घड्याळाचा गजर लावा. तुमच्या विचारांवर तुमचं नियंत्रण आलेलं असेल.
- तुम्ही खूप रागावलेले किंवा अस्वस्थ असाल तर त्याचं प्रमाण किती आहे हे १ ते १०च्या मोजपट्टीवर मनात मोजा. त्यामुळे तुम्ही भावनांना सोडून विचार करू शकाल. भावनांवर नियंत्रण आणू शकाल.
- स्वत:साठीचा वेळ दैनंदिनीमध्ये लिहा. त्या वेळेवर अतिक्रमण करणाऱ्या गोष्टींना नकार द्या.
- अनेक अपरिचित लोक बसलेल्या दालनात तुम्ही प्रवेश करत असाल तर दारात क्षणभर थांबा. आपला आवडता नट म्हणजे आपण आहोत असं समजा. त्याची लकब निवडा व दालनात नजर टाका. त्यातील कोणाशी बोलायचं ते ठरवा.
- एखाद्या प्रश्नाला किंवा संकटाला सामोरं जायचं असेल तर अशा प्रसंगी यापूर्वी काय केलं होतं ते आठवा. तसाच या वेळीही मी तरून जाईन असं मनाला बजावा.
- आज आनंद मानण्यासाठी काहीतरी शोधा. असं दररोज करा. उद्याचा दिवस अधिक चांगला असेल.

तुमचा आत्मविश्वास वाढण्यासाठी कृती योजना लिहून काढा. या प्रकरणातून ज्या युक्त्या सांगितल्या आहेत त्यांचा वापर करा.

२

आत्मविश्वास प्रेमिक आणि जोडीदारासोबत

या प्रकरणाचा आवाका मोठा आहे. जवळिकीच्या नात्यासंबंधीच्या सर्व बाबींबद्दल आपण बोलू या. ही जवळची व्यक्ती कशी शोधायची, तिच्याशी संबंध कसे दृढ करायचे व ते कसे वाढवायचे हे पाहू... संबंध टोकाला आले असतील तर कसा मार्ग काढायचा हे जाणून घेऊ. संबंध तुटणार असतील तर काय करायचं हेही पाहू.

आपल्या जोडीदारासंबंधीची सत्यस्थिती

१. तुमचा आत्मविश्वास सदैव जागृत राहण्यासाठी नेहमी प्रियकर किंवा सोबती हवा का? ....
का? ....
२. संबंध राखण्याचं तुम्हाला कितपत जमतं? ....
३. भावी प्रेयसीला भेटण्याच्या तंत्रात तुम्ही किती यशस्वी आहात?
....
४. पहिल्या प्रेमभेटीस जाण्यास तुम्ही कितपत यशस्वी आहात?
....
५. सध्याच्या जोडीदाराबरोबर दीर्घकालीन मैत्री राहावी असे तुम्ही ठरविले आहे का? ....
६. सध्याचा जोडीदार तुमच्या अपेक्षा पूर्ण करतो का? ....
७. त्यांच्या अपेक्षा तुम्ही पूर्ण करता का? ....
८. श्रमविभागणीच्या तत्त्वाप्रमाणे घरी सध्याच्या जोडीदारामध्ये कामं समप्रमाणात वाटली जातात का? ....
९. लैंगिक सुख समाधानकारक आहे का? ....
नसेल तर का? ....

१०. दुसऱ्याबद्दल बऱ्याच वेळा तुमच्या मनात वेगळ्या कल्पना असतात का?..

११. या कल्पनांप्रमाणे तुम्ही वागता का?...

१२. अशा संबंधाबद्दल तुम्हाला अपयशी वाटतं का?.................................

१३. वेगळ्या कल्पनांबद्दल तुम्ही सोबत्याशी बोलता का?........................
नसाल तर का नाही?..

१४. संबंधामधील कमतरतेबद्दल तुम्ही कधी बोलता का?..........................
नसाल तर का नाही?..

१५. जोडीदाराकडून खरंच प्रेम मिळतं का?..

१६. तुम्ही तिच्यावर प्रेम करता हे किती वेळा तिला सांगता?....................

१७. ही नाती तोडायला तुम्हाला भीती वाटते का?....................................
वाटत असल्यास का?...

१८. नातेसंबंध तुटल्यास तुम्ही स्वत:ला कितपत सावराल?.........................

उत्तरांना गुण द्या

प्रश्न क्र. १ ते ४

पहिल्या भागाचं उत्तर हो असेल तर दुसऱ्यावर तुमचं जीवन अवलंबून असतं. तुमच्यामधील धैर्याची कमतरता तुम्ही त्यांच्या आधारानं भरून काढता, पण हे दुसरे जर जवळ हजरच नसतील तर? तुमच्या आयुष्याचा आधार हा अशा नाजूक पायाच्या नात्यावर उभा असतो. त्याऐवजी स्वत: विश्वासपूर्वक उभे राहावं. मग जोडीदार त्यामध्ये भर घालेल. कसेतरी तरून जाणे हा विचार नको. महाविद्यालयीन जीवनात सोबत्याशी भेटी होणं सोपं असतं. त्यानंतर मात्र मुद्दाम जाऊन भेटी घेणं हे अवघड होतं; पण तरीही जा आणि बोला.

प्रश्न क्र. ५ ते ८

या प्रश्नांना तुमची उत्तरं नकारार्थी असतील तर दीर्घकालीन संबंधाचा शेवट होण्याची शक्यता आहे. त्याच्या परिणामाची तुम्ही काळजी करणार नाही, हे असं का करत आहात? तुम्ही अन्यत्र वचनबद्ध झालेले आहात का? का दुसऱ्या चांगल्या संधी मधल्या काळात चालून आल्या आहेत? जर संधी असतील तर तुमचं बरोबर असेलही.

नाती घडवताना छळ करू नये. तुम्हाला संबंध ठेवायचे असतील तर पुढे बोलत रहा. दोघांमध्ये समान जबाबदारी असावी. एकदा लागलेल्या सवयी बदलणं

फार अवघड असतं.

वरील प्रश्नांपैकी काहींना नकारार्थी उत्तरं दिली असतील तर जोडीदाराबाबत पुनर्विचार करा व त्यातून वाचण्याची योजना आखा.

प्रश्न क्र. ९ ते १४

शृंगारानं मैत्रीचं जवळिकीच्या नात्यात रूपांतर होतं. त्यासाठी दोघांनाही काय हवं याबाबत बोललेलं चांगलं. भविष्यातील स्वप्नं पाहणं हे स्वाभाविक असतं, पण सध्याच्या संबंधात काय हवं याचा विचारही व्हायला हवा. गोष्टी लपवून ठेवल्यानं प्रश्न अधिक गुंतागुंतीचा होतो. खोटेपणानं तणाव वाढतो. आयुष्य कमी होतं.

तुमच्या अपेक्षा जोडीदाराला सांगितल्याशिवाय कशा कळणार? अंतर्मनानं? तुमच्यातील कमतरता सांगितल्या नाहीत तर गोष्टी विनाशाकडे वळू शकतात. तुम्ही दुसऱ्यांकडून असलेल्या अपेक्षा सांगू लागाल तसे सध्याचे नाते कमकुवत होऊ लागते.

तुमची या विभागातील नकारार्थी उत्तरे किती आहेत ते मोजा व तुमच्या ध्येयामध्ये ती वाढवा.

प्रश्न क्र. १५ ते १८

नाती जोडण्याचा उद्देश प्रेम करावे व प्रेम द्यावे हा आहे. ते होत नसेल तर त्यातील उणिवांची चर्चा करा. संबंध तुटले तर आपले काय, अशी चिंता वाटत असेल, तर सत्य जाणून आव्हानाला सामोरं जा. वाईट संबंध केवळ टिकावेत म्हणून चालू ठेवण्यात अर्थ नाही.

या विभागातील प्रश्नांची उत्तरे पुन्हा पहा व तुमच्या ध्येय-यादीत त्यांचा समावेश करा.

नाती जोडा

संभोग या विषयावर आज मोकळेपणानं चर्चा होऊ लागली आहे. स्त्री-पुरुषामध्ये समानता आली आहे. असं असूनही त्यांच्यातील संबंध सुरळीत असल्याचं दिसत नाही. बेरी बेनब्रीज या कादंबरी लेखिकेसंबंधीचा एक लेख माझ्या वाचनात आला. तिचं वय आता साठ आहे. तिनं म्हटलं आहे की, तिला खूप आवडणाऱ्या पुरुषाबरोबरच ती बाहेर जात असे. कारण हळुवारपणा हा जपला गेला पाहिजे. आता मात्र अशी स्थिती राहिलेली नाही.

आता मैत्री करणं हे जोखिमेचं काम आहे. तुमचा प्रस्ताव नाकारला गेला तर? तुमची भावनिक गुंतवणूक वाया गेली तर? पण जोखीम ही घ्यावीच लागते हेही

खरं ना?

लोकांना जवळ आणण्यात कोणते घटक कारणीभूत होतात हे जाणणं मला आवडतं. मानसशास्त्राचे अभ्यासक मुंटोन, सिल्व्हेस्टर, स्ट्रॅटन, हँक्स यांच्या 'ॲट्रिब्युशन्स इन ॲक्शन' म्हणजेच 'कशामुळे जमले' यावरील प्रबंध अभ्यासण्यासारखा आहे. त्यातील काही भाग पाहू या.

संबंध कसे जुळून येतात

मूलभूत आवश्यक गोष्टी

आकर्षण व संपर्क – आकर्षण तर असायलाच हवे. पण आता ई-मेलच्या युगात संपर्काचं कारण मानलं जाईलच असे नाही. ई-मेलने संपर्क साधता येतोच. एका पाहणीत असे आढळले होते की, पुरुष जवळच्या स्त्रीला अधिक पसंत करतात. त्यामुळे अनेक डॉक्टरांनी नर्सना, संचालकांनी सचिव युवतीला पसंत केले होते. स्त्रियांना मात्र निवड करताना बऱ्याच गुंतागुंतीच्या विषयांचा सामना करावा लागला होता. आकर्षक आणि मैत्री या गोष्टींनाही काही वेळा बाजूला सारावं लागलं होतं. अगदी मार्केटिंगच्या भाषेत बोलायचं झालं तर मालाचं वेष्टन महत्त्वाचं, तसंच ते त्वरेनं उपलब्ध हवं.

योग्य जोडीदार – दोघेही एकाच पातळीवरील असावेत. एकाचाच खूप लाभ होतोय असं नसावं.

समान अपेक्षा – दोघांच्याही जवळ येण्याचं कारण समान असावं. एकाला अगदी घट्ट मैत्री हवी असेल व दुसऱ्यास सहज व अधूनमधून हवी असेल, तर ही जोडी फार काळ टिकायची नाही.

सहकाऱ्यांमध्ये खास वेगळेपण असणं – त्याच्याकडे आकर्षित होणं हे स्वाभाविकच असतं. त्याच्याबरोबर वेळ घालविण्यात समाधान लाभतं.

परस्परांवर प्रभाव – एकमेकांवर आपली छाप पाडण्याचा प्रयत्न दोघेही करत असतात. दुसऱ्यांच्या कृतीला प्रतिसाद देणं आवश्यक असतं. हे घडत नसेल तर नाती बिघडतात. सारं विरुद्ध घडू लागतं. जेव्हा एक जण दुसऱ्याकडून शिकण्याचं थांबवतो तेव्हा संबंध बिघडू लागतात.

दुसऱ्यावर प्रभाव पाडताना तुम्ही काय करता? ज्यांचे संबंध आता जुळलेले आहेत त्यांनी पुढील प्रकरण वाचले नाही तरी चालेल, पण अजून तुम्ही 'प्रेमिक' या भूमिकेतच असाल तर वाचा.

भेटीसाठी लागणारा आत्मविश्वास

प्रियकर-प्रेयसीच्या भेटीच्या वेळी उपयोगी पडणाऱ्या काही गोष्टींचा आपण विचार करू यात. त्यातील काही आपण दूरदर्शनवरील कार्यक्रमात पाहत असतो.

- **फिरायला जा** – प्रेमिक जोडीदार भेटू शकेल अशा जागी जा. घरी बसून राहू नका. परवा मी एका तरुणीला प्रेमामध्ये आत्मविश्वास कसा वाढवायचा हे शिकवत होते. आपल्या पालकांबरोबर रविवारी सुटीच्या दिवशी घरी राहण्याची तिची सवय होती. तिच्या मैत्रिणींची लग्न झाली होती. त्यांना मुले होत होती. त्यामुळे तिला एकाकी पडल्यासारखे वाटत होते. तिचे पूर्वीचे प्रेम प्रकरण यशस्वी झाले नव्हते. समाजात मिसळण्याचा तिचा आत्मविश्वास कमी झाला होता. तिला मेजवानीची आमंत्रणे येत. त्यांचा ती स्वीकार करे, पण प्रत्यक्षात ती जात नसे. मी तिला पहिले काय सांगितले ते म्हणजे एकट्या असलेल्या तिच्या मैत्रिणींना फोन करून रविवारी प्रियजन भेटतील अशा ठिकाणी जायचे. तुमच्यासाठी प्रियकर तुमच्या घरी येणार नाहीत. त्यासाठी तुम्हाला बाहेर पडावे लागेल. जितके अधिक फिराल तेवढे काम सोपे व्हायला मदत होणार.
- **योग्य जागी जा** – प्रेमाच्या खेळात पडण्यापूर्वी तुम्हाला जोडीदार कोण हवा ते मनाशी ठरवा. एखादा कलाकार हवा असेल तर गुंतवणूकदारांच्या मेळाव्यापासून दूर रहा. वयाची मर्यादाही ध्यानात घ्या. अधिक अनुभवी जोडीदार हवा असेल तर विद्यार्थी ज्या हॉटेलात जातात ते टाळा.
- **जास्त जणांशी जवळीक करू नका** – संख्या अधिक तितकी सुरक्षितता अधिक हे तत्त्व इथे नको. अनेक जणासोबत तुम्ही पेय प्राशन करत बसला असाल तिथे एखादी बाई तुमच्याशी संवाद साधून शकत नाही. तरुणालाही तिच्याशी थट्टामस्करी करणे अवघड होऊ शकते. नीट समजून घ्या. गटात बाहेर फिरणे चांगले, पण प्रेमाच्या वेळी एकांतच हवा. गटापेक्षा एक-दोन मित्र बरे.

  एकटेच बाहेर प्रवासाला जाणं हे अधिक चांगले. त्यामुळे लोकांना भेटणे सोयीचे होते. गेल्या वर्षी मी एकटीच सुट्टीत बाहेर गेले. यापूर्वी मी व्यवसाय किंवा व्याख्यानासाठी एकटी परदेशात जाऊन आले, पण सुट्टीसाठी तशी गेले नाही. तो फार चांगला अनुभव होता. हॉटेल चालकांना मला एकटीला आलेली पाहून आश्चर्य वाटे. पण त्याची काळजी करू नका. लोकांना माझ्याशी गप्पा मारायला त्यांच्या गटात सहभागी करायला नक्कीच आवडत असे.

✦ **मैत्री करा** – प्रेम करण्यापूर्वी मैत्री करा. हा सल्ला पुरुषांना कदाचित आवडणार नाही. त्याचं प्राधान्य हे शृंगाराला असते. परंतु स्त्रियांशी मैत्री करणं हेच त्यांच्या हिताचं आहे. तुम्ही मला कदाचित परंपरावादी म्हणाल, पण जे व्यवहार्य आहे तेच मी सांगणार. भरपूर बाता मारणं, हळूच डोळा मारणं, स्त्री स्पर्श या वरवरच्या गोष्टी आहेत. त्यातून पारदर्शी मन कळेलच असं नाही. आस्था दाखवा, प्रश्न विचारा, लक्षपूर्वक ऐका, मग बोला. आता काय बोलायचं हा प्रश्न तुमच्यापुढे असेल तर एक उपयुक्त सूत्र आहे. दुसऱ्याला केवळ पाच मिनिटांत जाणून घेण्याचं हे तंत्र आहे. त्याच नाव एफ.ओ.आर.ई.

एफ.ओ.आर.ई.

एफ - फॅमिली (कुटुंब)
ओ - ऑक्युपेशन (व्यवसाय)
आर - रिक्रिएशन (आवडता छंद)
ई - एज्युकेशन (शिक्षण)

वरील विषयातील प्रश्न विचारा. लगेच त्याची माहिती कळेल. मग जास्त वेळ गप्पा मारून आपला प्रभाव पाडत बसायला नको. दोघांमध्ये समान आवडीच्या गोष्टी कोणत्या हेच तुम्ही शोधत असता. जीवनाकडे पाहण्याचा दृष्टिकोन, भूतकाळ, पुढे काय व्हावेसे वाटते यामध्ये समानता दिसते ना ते पहा. मग अधिक जणांची माहिती काढण्यास या मित्राला किंवा मैत्रिणीला दुसऱ्या मित्राकडे सोपवा व पुढील हव्याशा व्यक्तीकडे वळा.

तुम्हाला खरंच चांगली व्यक्ती वाटली तर स्मितहास्य करा. नमस्कार करा. केवळ व्यवहार म्हणून न करता त्यांच्यातील चांगल्या गुणांचं कौतुक करा. लांझारोट येथे सुटीवर गेले असता मी या तंत्राची शक्ती अनुभवली. आमच्या पुढच्या घरात दोन तरुण होते. माइक हा शांत स्वभावाचा होता. तर बिल त्याच्या विरुद्ध स्वभावाचा होता. रात्री हॉटेलात बिलला तरुणींचा घेराव पडे. तो दिसायला फार सुंदर नव्हता. खरं पाहता त्या दोघांत माइक हा दिसायला अधिक चांगला होता, परंतु बिल हा दुसऱ्यांना आकर्षून घेई. मी त्याच्या यशाचं गमक जाणून घेत होते. म्हणजे मला ते पुस्तकात लिहायला उपयोगी पडेल.

एके सायंकाळी आम्ही फिरत फिरत हॉटेलात गेलो. तिथे पोहोचेपर्यंत तो वाटेत अनेक तरुणींशी बोलत होता. तो त्यांचं हास्य, केशभूषा, डौलदारपणा याबद्दल मनापासून कौतुक करत होता. तिला तो हॉटेलात येण्याचं निमंत्रणही देत

होता. संध्याकाळ आनंदात जाईल याची ग्वाही देत होता. जादूई बासरीवाल्यासारखं त्यांचं झालं होतं. आमच्या बरोबर अनेक तरुणी आल्यामुळे आमचा मोठा गट झाला होता. तो त्यांच्याशी गप्पा मारत होता आणि एक आनंदी गट निर्माण झाला होता. त्या सर्वांमध्ये जे जे काय चांगलं होतं ते त्यांनी बोलून सर्वांपुढे आणलं. त्यात स्वत:बद्दलच्या बढाया मारण्याची चूक केली नाही. तो थोडक्यात बोलायचा व ऐकायचा मात्र खूप. तो सदैव सकारात्मक होता. सतत दुसऱ्याबद्दल चांगलं बोलणारा होता. त्यामुळे ललनांना तो प्रिय होता.

सुटीतल्या सहवासासाठी त्यानं त्यातील एका तरुणीची निवड केली. ती त्या गटात बाजूलाच बसलेली होती. शांत होती, परंतु सुंदर व हुशार होती. त्याचं कौतुक करणारी अशीच त्यानं निवडली होती.

यावर तुम्हाला काय म्हणायचंय ते माझ्या ध्यानात येऊ लागलंय. तो उत्साही होता. त्याला हे करणं सोप होतं; पण लक्षात घ्या, हे कौशल्य प्राप्त करणं अशक्य नाही. या कौशल्यांची आपण एक यादी बनवू या. मग त्यासाठी सराव करू या. हे पुरुषासाठी आहे असं नाही. जरी उदाहरणात मी पुरुष घेतला तरी स्त्रियांनाही हे तितकंच लागू आहे.

कौशल्ये

हास्य
मनापासून कौतुक करा
प्रश्न विचारा
ऐका
अधिक स्तुती करा

- सर्व अंडी एकाच टोपलीत ठेवू नका... एका मित्रावरच अवलंबून राहू नका. अधिक मित्र करा. मग एकावर प्रेम करा. सरावानं पूर्णत्व येतं हे ध्यानात ठेवा.
- स्वत:चं मार्केटिंग करा. आहे त्यात अधिक चांगलं दिसण्याचा प्रयत्न करा. त्यासाठी केसाचा कट, नवा शर्ट असं मनात आणू नका. टीव्ही कार्यक्रमात लोक कसे वागतात ते पहा. ते काही वेळा विनाकारण चांगलं दिसण्यावर जादा वेळ घालवितात. आतापर्यंत आपल्या ध्यानात आलं असेल की, केवळ पाच सेकंदांत एखाद्याबद्दलचं प्रथमदर्शनी मत वाईट होऊ शकतं व चांगलं मत व्हायला तीस सेकंद लागतात.

प्रथम भेटीसाठी चार मोलाचे शब्द

तुमचं मार्केटिंग करून झालंय. आता प्रेमिकेला भेटायचंय. अशा वेळी उपयुक्त असा हा सल्ला आहे.

कामात मग्न रहा

भेटीची वेळ पाहत बसू नका. मधल्या काळात आपली अन्य कामं नियमितपणे करत रहा. इतर कामांची आखणी करा. मग मन आरामदायी राहील.

आस्था दाखवा

एक दिवसापेक्षा अधिक काळ एकत्र राहणार असाल तर या भावी सोबत्याची अधिक माहिती घ्या. संवाद पुढे चालू राहण्याच्या दृष्टीनं योग्य प्रश्न विचारा. इथं प्रश्न काय विचारता यापेक्षा ते कसे विचारता याला महत्त्व आहे. हो/नाही उत्तरं येणारे प्रश्न विचारण्यापेक्षा वर्णनात्मक उत्तर येईल असे प्रश्न विचारा. अशा प्रश्नांची यादी पुढे दिली आहे. हो/नाही उत्तर येणाऱ्या प्रश्नामुळे प्रश्नकर्ता उलट तपासणी घेत आहे का अशी शंकाही निर्माण होते.

प्रश्नांचे प्रकार

बंदिस्त	मोकळे	माहिती देणारे
आहे?	काय?	कसे
करता?	कोणते?	कशा प्रकारे
तुमच्या जवळ आहे?	कोठे	अधिक माहिती सांगा.
	कोण?	अधिक वर्णन करा.
	का?	कशासाठी?

तुमच्या लक्षात येईल की, अधिक माहिती घेणारे प्रश्नही यादीत दिले आहेत. तुम्हाला एखाद्याची लवकर, पण सखोल माहिती घ्यायची असेल तर याचा प्रयोग करून पहा.

धैर्य दाखवा

न भिता उत्साहात सोबत्याला प्रतिसाद द्या. तुम्ही त्याला आवडत असाल तर तुमचा तसा प्रतिसाद द्या. थंड प्रतिसाद देऊन बेफिकीरपणा दाखवू नका. असं

झाल्यास तुम्हास या गोष्टीची फिकीर नाही असं समजून विषय बंद होईल.

प्यायलेले राहू नका

दुःख विसरण्यासाठी पिणे ही वाईट सवय होय. तुम्हाला प्यावे वाटत असेल परंतु तुमच्या सोबत्याला ते आवडत असेलच असे नाही. मग पुन्हा ते तुमच्याकडे यायचं टाळतील. याची तुम्ही चर्चा केली नाहीत तर नशेमध्ये तुमची रात्र जाईल; पण जर चांगले परिणाम हवे असतील तर प्यायलेल्या स्थितीत राहू नका.

आरामात रहा

पहिली भेट हा मनाचा मोठा सुरस खेळ असतो. सकाळी उठल्यावर तुम्ही त्याच आनंददायी अवस्थेत असता. तुमच्या जोडीदाराला आठवा. भेट, बोलणं, चालणं, खाणं, चित्रपट पाहणं सारं आठवा. एकमेकांच्या डोळ्यांत पाहत असल्याचं दृश्य डोळ्यांपुढे आणा, तुम्ही एखाद्या लोहचुंबकाप्रमाणे तुमच्याकडे त्याला आकर्षून घेत आहात. आता ही स्थिती अशीच राहणार आहे असं मनात आणा.

निर्णय घेताना

पहिली भेट होऊन गेली आहे. आता हाच आपला जोडीदार होणार का या विचारात तुम्ही आहात. आता त्याच्या सहवासात राहावं असं वाटू लागलंय. त्यामुळे आयुष्य छान राहील. आता जोडीदाराबद्दल इतर काही वाईट पाहण्यात आलं तर गप्प बसवत नाही. अशा गोष्टींमुळे संबंध तुटायची शक्यता असते. परंतु त्याबाबत निर्णय हा लग्न ठरण्यापूर्वीच घ्यावा.

यासाठी मी तुमच्यासाठी एक प्रश्नपत्रिका तयार केलीय. त्यावरून तुम्ही योग्य निर्णय घेत आहात ना हे तपासा. तुम्हाला साजेसा सोबती नसताना त्याच्याशी तुमचे संबंध आहेत का? ती व्यक्ती तुमच्या नव्या संबंधांमध्ये अडथळे निर्माण करत आहे का?

पुन्हा योग्य मार्गावर येण्यासाठी तुम्ही काय काळजी घ्यायला हवी व काय करायला हवं ते पहा.

सोबती योग्य आहे का?

१) हॉटेलमध्ये तुम्हाला येऊन कोणी भेटलं तर तुम्हाला काय वाटेल?

अ) तो हॉटेलात काम करणारा कोणी असेल.

ब) त्याला तुमची मैत्रीण आवडते.
क) त्याला तुम्ही आवडता.

२) तुमच्या जवळच्या मित्रानं तुम्हाला आणि तुमच्या प्रेयसीला भोजनासाठी बोलावलं...
अ) योग्य वेळी लवकरच जाऊ असे म्हणाल.
ब) निमंत्रण टाळाल. तुमच्या प्रेयसीबरोबर त्यांचं नीट जमायचं नाही.
क) त्वरित होकार द्याल. एकमेकांना जाणायला मदत होईल.

३) तुमचा वाढदिवस आहे. प्रेयसी नाराजीत दिसते आहे. तुमच्याबरोबर बाहेर पडायला ती तयार झालेली नाही. अशा वेळी तुम्ही...
अ) तिला पटविण्याचा अधिक प्रयत्न कराल.
ब) परिस्थितीचा स्वीकार कराल. त्यात बदल करणारे तुम्ही कोण आहात?
क) तयार होण्यास सुचवा ही खास संध्याकाळ आहे.

४) रात्री तुम्ही घरी परत आलात. तुमची सहचरी टीव्ही पाहत बसली आहे. घर अस्ताव्यस्त पडलंय. अशा वेळी तुम्ही...
अ) नेहमीप्रमाणे तिला सांगाल की तुझं वागणं बरोबर नाही.
ब) नेहमीच्या सवयीनं तुम्हीच सारं आवराल.
क) पूर्वी काय ठरलं होतं याचं स्मरण द्याल व बदल करण्याची शेवटची संधी द्याल.

निकाल

जर तुम्ही सर्वाधिक उत्तरे क दिली असतील तर तुम्ही ते संबंध सुधारण्यात कमी पडत नाही आहात. तुमचा आत्मविश्वास चांगला आहे. तुम्ही तुमच्या साथीदारालाही चांगलं समजून घेत आहात. तुम्ही जोमानं पुढे जात आहात व साथीदाराशी संबंध नीट नसले तरी ते जुळवून घेत आहात.

जर सर्वाधिक वेळा अ हे उत्तर असेल तर टाळता येणाऱ्या गोष्टीत तुम्ही सापडत आहात. तुमचा आत्मविश्वास मोठा असूनही तुम्ही असमाधानी आहात. मुख्य प्रश्नाला तुम्ही सामोरं जात नाही आहात. आपले संबंध कोणत्या मार्गावर चालले आहेत हे पहा. त्याबाबत चर्चा करा व सुधारणा करा.

जर तुम्ही सर्वाधिक वेळा ब हे उत्तर दिले असेल तर संबंधामध्ये तुम्ही मागे पडत आहात. खराब संबंधाची पातळी तुम्ही स्वीकारत आहात. त्यामुळे आधीच

कमी असलेला आत्मविश्वास अधिकच डळमळीत होत आहे. तुम्हाला या संबंधातून बाहेर पडावं वाटतंय, पण दुसरा जोडीदार मिळेल का ही शंका आहे. तुम्ही आत्मविश्वास वाढविणारे साधेसोपे मार्ग वापरायला सुरुवात करा. समाजामध्ये मिसळा. स्वत:चा चेहरामोहरा सुधारा. उदा. केशरचना, कपडे, सर्वांत महत्त्वाचं म्हणजे स्वत: कोणी आहात यावर विश्वास ठेवा.

संबंध योग्य मार्गावर आहेत ना?

व्यक्तीशी संबंध हे खास प्रकारचे असून ते टिकाऊ आहेत हे तुम्ही कसे ओळखाल? आयुष्य हे वेगानं पुढं जात असतं व परिस्थिती ही वाढत्या वेगानं बदलत असते. या वादळी स्थितीत आपले संबंध दीर्घ काळ कोणाबरोबर टिकणार हे सांगू शकू का?

माझ्या अनेक मैत्रिणींचे दीर्घकाळ टिकणारे असे संबंध होते. मी त्यांचा अभ्यास केला. त्यांच्या जोडीदारापेक्षा त्या कोणत्या बाबतीत वेगळ्या होत्या हे पाहिले. त्या पाहणीतील निष्कर्ष पुढील प्रश्नावलीमध्ये मांडले आहेत. त्यावरून तुम्हाला तुमचे सध्याचे जोडीदाराबरोबरचे संबंध टिकाऊ आहेत का हे पाहता येईल.

भावनिक बंधनाचे प्रमाण

१. प्रथम भेटीत तुम्ही उत्साही झालात का?

२. तुमच्यातील सर्वोत्कृष्ट गुण तुमच्या सहकाऱ्याने ओळखले का?

३. त्यांनी दालनात प्रवेश केल्यावर तुम्हाला उत्तेजक वाटलं का?

४. त्यांच्या दृष्टीनं तुम्ही जग वेगळ्या अंगानं पाहता आहात का?

५. काहीही करत नसतानाही दोघे एकत्र आनंदी राहता का?

६. दोघांच्या आवडीचे समान विषय आहेत का?

७. तुमचा जोडीदार तुमच्याशिवाय सहलीला गेला तर तुमचा त्याच्यावर पूर्ण विश्वास राहील का?

८. तुमच्यातील मतभेद त्वरित मिटतात का? काही तडजोड होते का?

९. वेगळ्या कौशल्याबद्दल तुम्ही एकमेकांचं कौतुक करता का?

१०. स्थानिक प्रकल्पावर दोघे मिळून काम करता का? दोघांमध्ये योग्य ती कामाची विभागणी होते का?

११. तुमचे वैवाहिक संबंध स्मरणीय आणि उत्तेजक आहेत का?

१२. तुम्ही मित्रासमवेत तुम्हा एकमेकांबद्दल बोलता का? तेव्हा तुमची सकारात्मक व उत्साहवर्धक भाषा असते का?

१३. तुम्हा जोडीबाबत मित्राला चांगले वाटते ना?

१४. जोडीदाराशिवाय जीवन हे कठीण वाटते का?

या यादीत अनेक पैलू सांगितले आहेत. हे सर्व गुण तुमच्यामध्ये असावयास हवेत का? बहुसंख्येनं तरी असावेत. एखादा पैलू कमी पडत असेल तर तो सुधारण्याऐवजी वाढत जाण्याची शक्यता असते. उदा. तुमच्या सहकाऱ्यावर तुमचा विश्वास नसेल तर त्याच्याशी लग्न करून मनातील ती भीती नाहीशी होईल असं नाही. विवाहाच्या नोंदणीपत्रात माणसं एकत्र येतातच असं नाही.

लग्नापूर्वीच हे प्रश्न चर्चिले जाऊन त्यातून मार्ग काढलेला चांगला. दोघांनी एकत्र वाटचाल कशी करायची हे ठरवलेलं बरं असतं. विधिवत एकत्र आल्यावर इतर वाटा बंद होतात. बदल हवा म्हणून लोक विवाह करतात, पण होतं उलटच. विवाहानंतर ते दोघेही बाजूने खंदक असल्यासारखे मध्ये अडकून राहतात.

माझ्या मौत्रिणीचा प्रियकर नेहमी त्याच्या जुन्या मैत्रिणीकडे जातो असं तिच्या लक्षात आलं. ती अस्वस्थ झाली. त्यानं पश्चात्ताप व्यक्त केला. यावर मार्ग म्हणून त्यानं विवाह करण्यास तयारी दर्शवली. यातून एक नवी चांगली सुरुवात होईल या भावनेनं तिनं संमती दिली.

या गोष्टीला दहा वर्षे झाली. अजूनही त्यांचे संबंध असल्याचं तिच्या लक्षात आलं, पण कशा प्रकारचे संबंध आहेत हेच तेवढं कळायचं होतं.

लोकांमध्ये बदलही होतात. नातेसंबंध दृढ होतात. त्यासाठी तुम्हाला दिलेली वचने पाळली जातात ना पहा. त्यासाठी त्यांना पुरेसा वेळ द्या. बहुतेक जण करतात तशी घाई करू नका. पक्ष्याच्या पंखावर आरूढ होऊन पळू नका.

स्त्री-पुरुष आणि संबंध

समजूतदारपणाच्या बाबतीत विचार करताना असं लक्षात येतं की, दुसऱ्यावर प्रभाव कसा टाकायचा हे ध्यानात न आल्यामुळे सलोखा बिघडतो. स्त्री-पुरुषातील फरक हा अगदी उघड असतो. त्याबाबत काही मूलभूत तत्त्वं लक्षात घेण्याजोगी आहेत.

स्त्री-पुरुष संबंध तत्त्वे

- पुरुषांना आपण कणखर असे नायक आहोत असं दाखवायला आवडतं तर स्त्रियांना काळजी घेणाऱ्या, पालनपोषण करणाऱ्या असण्याचं आवडतं.
- पुरुष वस्तू आणि काम होणं हे पाहतात तर स्त्रियांना माणसं सांभाळणं

आवडतं.

- स्त्रिया त्यांचे प्रश्‍न चर्चा करून सोडवितात तर पुरुष स्वत:हूनच सोडवितात.
- स्त्रिया अनेक गोष्टी सांभाळतात तर पुरुष एकाच कामावर लक्ष केंद्रित करतात.

मानसशास्त्राचे अभ्यासक निसर्गत: गोष्टी होणे आणि पालनपोषण करणे यांची तुलना करताना म्हणतात, निसर्गत: असणं यालाच महत्त्व प्राप्त होतं. त्यामुळे राजकीयदृष्ट्या काय बरोबर ते विसरा. स्त्री-पुरुषात भिन्नता आहे हेच खरं, परंतु याचा अर्थ असा नव्हे की, दोघांना संधीची समानता असता कामा नये. त्यांच्या पगारातही साम्य असू शकेल. तरीही स्त्री व पुरुष हे वेगळेच आहेत.

वर उल्लेखलेली लिंगाप्रमाणे बदलणारी तत्त्वे दुसऱ्यावर कसा प्रभाव टाकायचा हे ठरवितात. दुसऱ्यावर यशस्वीपणे प्रभाव टाकलात की, तुमचा आत्मविश्वास वाढलाच म्हणून समजा. तर मग आता स्त्रियांनी पुरुषांशी कसे वागावे हे पाहू या.

स्त्रियांनी प्रभाव पाडण्याची तंत्रे

१. तुमच्यासाठी ते मोठे आहेत असं दाखवा

लंडनमधील जागतिक व्यापार केंद्राची उभारणी केलेल्या सनी क्रौच व्यावसायिक स्त्रियांसमोर बोलत होत्या. तुमच्या स्वत:चा व्यवसाय सुरू करावयाचा असेल तर तुमच्या पतीराजांचा पाठिंबा कसा प्राप्त करायचा हे त्या सांगत होत्या. तुमच्या या जवळच्या आणि प्रिय व्यक्तीला वगळून काही करू नका. माझ्याप्रमाणेच ती एक पुस्तक लिहीत होती. तो तिच्याबद्दल एक तक्रार करत होता. शनिवार, रविवार ती लंडनहून आल्यावर ती त्याला भेटू शकत नसे.

एका शनिवारी बगिचासाठी लागणारी अवजारं खरेदी करायचं ठरलं होतं. परंतु ती वेळेवर आलीच नाही. तिला वेळेत पुस्तक द्यायचं होतं, त्यामुळे ते काम करून ती उशिरा आली. वास्तविक तिनं हे काम किती महत्त्वाचं होतं हे समजावून सांगायला हवं होतं किंवा त्या दिवशी लंडनमध्येच राहायचं म्हणजे ही वादावादी टळली असती. अशा कठीण परिस्थितीत काय करावं हे तिनं त्याला विचारायला हवं होतं. तिनं बगिचात जाण्याचं मान्य केलं होतं; परंतु पुस्तक देण्याची वेळ पाळणंही महत्त्वाचं होतं. त्यानंच केंद्रावर जाऊन फोन करून तिच्या काही सूचना आहेत का हे पाहायला हवं होतं. मग तिचं पुस्तक पूर्ण झालं असतं, तिनं दिलेला शब्दही पाळला गेला असता. आपण तिला पुस्तक पूर्ण करण्यात मदत केल्याचा आनंद त्याला प्राप्त झाला असता. हवं असलेलं उपकरणही आणल्यामुळे तो नायकासारखा दिसला असता. त्यानं तिच्यासाठी रात्रीचं जेवणही केलं असतं.

तेवढीच पुस्तक पूर्ण करायला मदत झाली असती.

मदत मागा. मग त्यांच्या सांगण्याप्रमाणे करा. चांगल्या संबंधामुळे आत्मविश्वास वाढतो. संबंध तुटक असतील तर आत्मविश्वास ढासळतो.

२. समजून घेतील असं समजू नका

एक गोष्ट लक्षात ठेवा, पुरुष त्यांना जे करायचंय त्याबाबत ठाम असतात. त्यांना आपण सहज आपल्याकडे वळवू असं समजू नका. मान हलवणे, देहबोली यांचा त्यांच्यावर परिणाम होईलच असं नाही. तेव्हा तुम्हाला त्यांच्याकडून काही हवे असेल तेव्हा स्पष्ट व नेमकेपणानं मांडा.

तुमच्या वाढदिवसाला तुम्हाला त्याच्याकडून काही भेट हवी असेल तेव्हा तो आपोआप समजून घेईल अशी समजूत करून घेऊ नका. उदा. तुम्हाला भेट म्हणून सुंदर फुलं हवी आहेत; पण त्यानं चॉकलेट आणली. तर तुम्ही कुरकुराल 'मला आता फारसं खायचं नाही हे त्याला माहिती आहे तरी त्यानं ही चॉकलेट आणली.' पण तसं नसतं. त्याला तुम्ही जशा असाल तशा आवडत असता.

त्यासाठी अगदी सडपातळ व्हायला हवं असं नाही.

पण तुम्हाला फुलं हवीत ना? मग फुलंच मागा.

३. वेळ महत्त्वाची

पुरुषांना एका वेळी एका गोष्टीकडे लक्ष केंद्रित करायला आवडते. त्यामुळे तुमच्या महत्त्वाच्या कामासाठी योग्य वेळ निवडा. तो जर दूरदर्शन पाहत असेल तर त्या वेळी तुम्ही काही सांगण्याचा प्रयत्न करू नका. तुमच्या बोलण्यातला एक शब्दही त्याच्या लक्षात राहायचा नाही. तो कार्यक्रमात इतका मग्न झालेला असेल की, तुम्ही म्हणजे त्याच्या कार्यकक्षेत अतिक्रमण करत आहात असे होईल.

यामुळे आपण रागावूनही उपयोग नाही. तेव्हा बहुतांशी पुरुष असे असतात. तुमचा क्षण हा तुम्ही काळजीपूर्वक निवडा. तुमच्याकडे त्याचं पूर्ण लक्ष आहे अशी वेळ निवडा.

४. टोमणे मारू नका, चर्चा करा

व्यवहार्य मार्ग काढा. सतत नावं ठेवण्यानं काम होत नाही व त्यामुळे थकायलाही होतं.

आयुष्यात सतत तडजोड करावी लागते. जुळवून घ्यावं लागतं. काही वेळा माघारही घ्यावी लागते. घरात काही चांगलं घडावं वाटत असेल तर सहभागी राहण्यासाठी तडजोड करा. त्याचं म्हणणं काय आहे हे प्रथम जाणून घ्या. मग तुमचं म्हणणं त्याला समजून घेऊ दे. नंतर उपाय शोधा. घरी आल्याबरोबर त्याला

असले विषय नको असतील. त्याला प्रथम वर्तमानपत्र वाचू दे व मग चर्चेला सुरुवात करा.

मला तुमची तक्रार माहिती आहे. तो स्वत: कधीच विषयाला हात घालत नाही. मग तुम्हीही ठरल्याप्रमाणे त्याच्यासाठी खाणं तयार करत नाही. समजा तुमचं असं ठरलंय की, आज तुम्ही स्वयंपाक करायचा व जेवल्यावर टेबल त्यानं आवरायचे. मग ते त्यालाच करू देत. त्यांनी तसं केलं नाही तर दुसऱ्या दिवशी पुन्हा टेबलावर येईपर्यंत ते तसंच राहू दे.

आपण स्त्रिया आपल्याकडून काही चुकलं तर माघार घ्यायची तयारी ठेवतो. कोणीतरी माघार ही घ्यावीच लागते ना; पण बहुधा ती स्त्रियांनाच घ्यावी लागते. पण तुमचं म्हणणं कायमचं सोडून देऊ नका. तसं केल्यास तुम्हाला त्याच्याकडून काहीच करून घेता येत नाही असं होईल. नेहमीची तत्त्वं लक्षात घेऊन आचरण करा. त्यानंही तुमचं म्हणणं कायमसाठी सोडून देता कामा नये.

पुरुषांनी प्रभाव पाडण्यासाठी युक्ती

१. ऐका

बायका ह्या प्रश्नासंबंधी बोलतच राहतात. निर्णयापर्यंत पोहोचण्याची त्या वाट पाहत नाहीत. खरं पाहिलं तर त्यांना निर्णय नकोच असतो. चांगल्या उत्तरासाठी मार्गही नको असतो. त्यांना त्यांचा आवाज सर्वांप्रती न्यायचा असतो. पुरुषांनी चांगले दहा मार्ग सुचवल्यावर ते फारसा विचार न करता फेटाळले गेले तर पुरुषांना अपमानित व्हावं लागतं.

यावर अस्वस्थ होऊनही उपयोग नसतो. बायका कशा वागतात हे फक्त लक्षात घ्या.

तिचं तुमच्यावर प्रेम असतं. तुम्ही फक्त तिच्या अडचणी ऐकून घ्या. तिला थंड पेय द्या. खांद्यावर अलगद हातानं दाब द्या. अशा प्रेमळ कृतीमुळे तुमचा अधिक प्रभाव पडेल. तीच काही मार्ग सुचवत असेल तर त्यात तुमची थोडी भर टाकण्याची हीच खरी वेळ आहे. पण हे केव्हा करायचं! जर तुम्ही तिचं म्हणणं ऐकून घेतलं असेल तर.

२. आलिंगन द्या

स्त्रिया रागावलेल्या असताना त्यांचं बोलणं ऐकून घ्या. त्याबरोबरच त्यांना जवळ घेऊन आलिंगन द्या.

एकदा माझ्या ग्राहकाच्या प्रश्नामुळे मला खूप त्रास झाला. मी अस्वस्थ झाले.

तेव्हा माझ्या सोबत्याला मी आलिंगन देऊन माझा त्रास कमी करण्याची विनंती केली.

त्यावर तो म्हणाला की, काटेरी प्राण्याला आलिंगन देण्यासारखं ते त्रासदायक आहे. कसंही म्हणू दे. आलिंगन द्या. शांत होण्यास मदत होईल.

३. वचन पाळा

स्त्रिया सहसा काही विसरत नाहीत. तेव्हा तुम्ही एखादं वचन दिलंत तर ते पाळा. तुमच्या दृष्टीनं कदाचित ते क्षुल्लक असेल; पण सहचारिणी त्या वचनाच्या पूर्ततेची वाट पाहत असेल. तुम्ही ते वचन विसरलात तर तुम्ही तिची काळजी करत नाही असा अर्थ होईल. तेव्हा बेफिकीरपणे वचनं देऊ नका. वचनपूर्तीसाठी तयार रहा.

४. बोला

तुमची सहचारिणी एकाच वेळी अनेक कामात गुंतलेली असू शकते. स्त्रियांना ते चांगलं जमतं. पण तिच्याशी बोला. ती पूर्णपणे कामात गुंतलेली असल्याचं वाटेल, घरच्या कामांमध्ये व्यस्त आहे वाटलं, तरीही तुमच्याशी बोलायला तिला वेळ मिळेलच.

पुरुष एक मोठी चूक करतात. त्यांना वाटतं सर्वत्र भरपूर प्रश्न आहेत. कुटुंबात, कामावर, आर्थिक असे प्रश्न असताना स्त्रियांशी बोलून पुरुषानं त्यांचे प्रश्न सांगून भर घालू नये; पण तसं नाही, स्त्रिया मोकळ्या मनाच्या असतात. त्यांच्याशी जितकं बोलाल तेवढा तुमचा त्यांच्यावरील प्रभाव वाढेल. तुम्ही सदैव नायक असावं असं स्त्रियांना वाटत नसतं. तुमच्यावर प्रेम असलेली सहचारिणी तुमच्या बोलण्यामुळे अधिक प्रेम करेल.

माझा एक मित्र गेली तीन वर्षं त्यांच्या कंपनीवर नियंत्रण मिळविण्याचा प्रयत्न करत होता. त्यासाठी त्याला कंपनीत मोठी गुंतवणूक करायची होती. ते पैसे उभे करायला त्यानं त्याच्याकडचे चांगले शेअर्स मोठ्या कष्टानं विकले. तरीही गुंतवणूकदारांनी त्याच्या विरुद्ध ओरड केली. त्याचं कंपनीवरील नियंत्रण गेलं. त्याचं स्वातंत्र्यही गेलं. त्याच्या मनावर असलेला प्रचंड ताण हा दिसून येत होता. त्यानं न्यायालयात धाव घेतली. निकाल त्याच्या बाजूनं लागला. हा सुटकेचा दिवस पाहून त्याच्या बायकोला कसं वाटलं हे मी त्याला विचारलं. तो म्हणाला की, मी बायकोला कधीच सांगितलं नाही. कारण तिला कामावर आधीच भरपूर तणाव होता. मी जर तिच्या जागी असते तर मला या गोष्टीचा खूप राग आला असता.

वाईट आणि चांगल्या अशा दोन्ही गोष्टी एकमेकांना सांगण्यात खरं नातं

असतं. तो ज्या कठीण परिस्थितीतून जात होता ते तिला ठाऊक असणं चांगलं होतं. जेव्हा काही बरोबर चाललेलं नसतं तेव्हा ते स्त्रियांना अंतर्मनातून कळत असतं तेव्हा तुम्ही ते सांगून टाकलेलं चांगलं. तेव्हा स्त्रियांवर प्रभाव पाडायचा असेल तर प्रश्नाच्या गाभ्यापर्यंत त्यांना प्रवेश द्या. त्यांच्यावर विश्वास टाका. त्या जे काही चांगलं करतात त्यालाच काळजी करणाऱ्या म्हणतात. पुरुषांमध्ये तुलनेनं अधिक मोठं नैराश्य असतं. आत्महत्येचं प्रमाणही अधिक असतं. याचं कारण ते सारं त्यांच्या मनात ठेवतात हे होय.

संबंध बिघडणे

जग हे बांधिलकी, आशा यांनी भरलेलं आहे. तरीही काहीचे संबंध हे बिघडतातच. पुढे वर्षानुवर्षं दुरावलेल्या, दुखावलेल्या संबंधानं त्यांना राहावं लागतं. संबंध जुळण्यासाठी तुम्ही बराच वेळ दिला असेल, मोठ्या प्रमाणावर प्रयत्न केले असतील तर ते जुळले जातील यासाठी प्रयत्नशील रहा.

तुमच्या मैत्रीतला विश्वास कमी झाला असेल तर संबंध बिघडलेले दिसू लागतात. मग आवश्यक पावले उचलावी लागतात. सध्याचे संबंध कसे आहेत हे पुढील गोष्टींवरून पडताळून पहा.

बिघडलेल्या संबंधाचे प्रमाण पाहणे

१. पूर्वीच्या मानाने आता तुम्ही सिनेमाला किंवा हॉटेलात कमी जाता का?
२. खास दिवस साजरे करण्याचे प्रसंग आता पूर्वीपेक्षा कमी झाले आहेत का?
३. तुमचा जोडीदार मित्रांदेखत तुम्हाला कमी लेखतो का?
४. तुम्ही तुमच्या जोडीदाराला मित्रांदेखत कमी लेखता का?
५. डायनिंग टेबलऐवजी तुम्ही टीव्हीसमोर बसून जेवता का?
६. दोघेही बाहेर फिरायला गेल्यावर दुसऱ्या हुशार माणसाकडे पाहता का?
७. आता बिछान्यावर प्रेमापेक्षा पुस्तक वाचण्यात तुमचा अधिक वेळ जातो का?
८. आता प्रणय करणं म्हणजे एक कंटाळवाणी प्रक्रिया झालीय का?
९. एकमेकांना देत असलेल्या भेटवस्तू आता केवळ उपचार म्हणून दिल्या जातात का?
१०. आता आपण अडचणीत सापडलोय असं तुम्हा दोघांनाही वाटतं का?

वरील प्रश्नातील एक एक प्रश्न स्वतंत्रपणे पाहिल्यास त्यात विशेष असं

काही नाही असं कदाचित तुम्हाला वाटेल; परंतु दोन किंवा अधिक प्रश्नांना तुम्ही होकारार्थी उत्तरे देत असाल तर मात्र आता बोलण्याची वेळ आली आहे, हे ध्यानात घ्या. जर सर्वच्या सर्व दहा प्रश्नांना हो म्हणत असाल तर मात्र आता संबंधांची पूर्ण पाहणी करण्याची वेळ आली आहे असं समजा. त्यांना लवकर सुधारलं पाहिजे.

बिघडलेल्या संबंधाचं मूल्यांकन करण्यासाठी पूर्ण सत्य पाहायला हवं. उत्तर काय येईल या विचारानं निराश होऊ नका. पहिल्या प्रकरणात आपण चर्चा केल्याप्रमाणे क्लेशदायक भावनांचा अनुभव घेण्यासारखा हा प्रकार आहे. (आत्तासुद्धा तुम्ही या तापदायक भावनांचा अनुभव घेत असाल. तुमच्यापुढील पर्यायांचा विचार करत असाल.) यात वाईट असं काही नाही. तुमचं पुढील आयुष्य जगण्यासाठी तुम्हाला योग्य ती पावलं टाकायलाच हवीत.

तुमच्या संबंधांना सुधारण्यासाठी पुढे काही गोष्टी सांगितल्या आहेत. त्या एक आठवडाभर आचरणात आणा. त्यांचा परिणाम पहा. सोबत्याला या प्रयोगामध्ये बरोबर घ्या. ते जमलं नाही तर फक्त तुमच्यामध्ये आवश्यक ते बदल करत रहा. तुम्हाला योग्य वाटेल ते करा.

एक जोडणारा मार्ग

- ✦ तुमच्या जोडीदाराबद्दल एक आठवडा फक्त चांगलं बोला. त्यांच्याबद्दल वाईट गोष्टी बोलू नका. चिडवू नका.
- ✦ जोडीदाराकडे प्रथम आकर्षिक झालात त्याची कारणं आठवा. ते गुण पुन्हा पहा. ते दिसताच त्याबद्दल चांगले उद्‌गार काढा. तुम्ही जितकं कौतुक कराल तितकं अधिक तुम्हाला मिळेल. हा मानसशास्त्रीय अगदी साधा नियम आहे.
- ✦ जोडीदाराबरोबर बाहेर जाण्यासाठी या आठवड्यातील दोन तारखा राखून ठेवा तेव्हा इतर मित्र किंवा घरचे कोणीही बरोबर घेऊ नका.
- ✦ समान आवडीचे विषय निवडा किंवा दोघंही एकच क्लब निवडा.
- ✦ दोघंही एकत्र खरेदीला जा. दोघांना आवडणारे कपडे खरेदी करा.
- ✦ प्रणयासाठी नवे प्रकार शोधा. त्यासाठी पुस्तके किंवा दृश्यफीतींचा उपयोग होईल.
- ✦ घरी डायनिंग टेबलावर मेणबत्त्या लावा. एकत्र जेवण करा. स्वयंपाक करण्यातही अधूनमधून पुढाकार घ्या.
- ✦ सप्ताहाच्या शेवटी जोडीदारासाठी काहीतरी मजेशीर वस्तू खरेदी करा.
- ✦ हा आठवडा कसा गेला, त्याचा विचार करा. आता तुम्हाला कसे वाटते?

या 'जीवनाचे चुंबन' प्रकाराचा तुमच्या संबंधावर काही परिणाम झाला आहे का? जर झाला नसेल तर तो का झाला नाही? जर जीवन आनंदी होण्याची चिन्हे दिसत असतील तर हा प्रयोग पुढे चालू ठेवावा का? जर होकारार्थी उत्तर असेल तर वर उल्लेखलेल्या गोष्टीपैकी काही पुढे चालू ठेवा. तुमच्या दैनंदिनीत अधिक तारखा सोबत्यासाठी द्या. आवडीच्या गोष्टींवर बोला, एकत्र जेवणं घ्या. प्रणयांसाठी नव्या योजना वापरा.

परंतु दुर्दैवानं तुमचा जोडीदार संबंध चांगले ठेवत नाही असं तुमचं ठाम मत झालं तर मात्र बोलणं अवघड होऊन बसेल. आता जगात आपलं काही उरलं नाही असं वाटून घेऊ नका. अशा संबंधापलीकडेही जग आहे. त्यासाठी आधीच्या संबंधांना विसरून नवे संबंध जोडण्यासाठी काही आत्मविश्वासप्राप्तीचे मार्ग आहेत.

मार्गाच्या अखेरीस एक मार्ग

सोबती गेला म्हणून शोक व्यक्त करा. हा भावनांचा खेळ असल्यानं त्यातून बाहेर पडायला थोडा वेळ लागेल. आपण त्याची आता फिकीर करत नाही असं ढोंग करू नका. त्यांच्यापासून हळूहळू मानसिक फारकत घ्या. तुम्ही आठवडेच नाही तर महिनोन्‌महिने संबंध वाढवत होतात. त्यामुळे दूर जायला थोडा वेळ लागेल.

तुमच्या जोडीदाराचं खूप वाईट झालंय असं चित्र डोळ्यापुढे आणा. मध्यरात्री, सकाळी हे दृश्य पहा. यामुळे त्या व्यक्तीबद्दलचे प्रेम कमी होत जाईल. जेव्हा तुमचं प्रथमदर्शनी प्रेम बसलं त्याच्या अगदी ही उलट स्थिती आहे. तुमचं नेहमीच्या कामातलं लक्ष उडण्याची शक्यता आहे. यातून बाहेर पडून तुमच्या मनावर ताबा मिळवा. भावनिक प्रभुत्व प्राप्त करा. डोक्याला हात लावून झालेल्या नुकसानीबद्दल शोक करू नका. ते तुमच्या भविष्याच्या दृष्टीनं योग्य नाही.

आठवणीतल्या वस्तू फेकून द्या. छायाचित्रं, कपडे, भेटकार्डं, भेटवस्तू यातील जे नको वाटतं ते सारं एकत्र करा. त्यांचा ढीग करा. त्या वस्तूंचे तुकडे करा. मग ते बाहेर फेकून द्या. आठवणींपासून दूर जाण्याची ही एक प्रातिनिधिक क्रिया आहे.

असा एक महिना जाऊ दे. जितक्या वर्षांचे संबंध तेवढे महिने अंतर पडू दे. मगच नवीन प्रियकर पहा. तुम्ही मित्रांना भेटा, भेटीच्या तारखा निश्चित करा, पण आता प्रेमात पडू नका. मन:स्थिती नसताना मुद्दाम प्रेमात पडणं हे चुकीचं ठरण्याची शक्यता आहे.

कोणीही म्हटलं म्हणून बरोबर जाणं टाळा. त्यातून नैराश्य दिसेल. पूर्वीच्या सहयोगीचं छायचित्र बरोबर घेऊन तर कधीच बाहेर पडू नका. तसं केल्यास तुम्ही मनानं अजून वेगळे झाला आहात असं वाटणार नाही. त्याचं तुम्ही नाटक करताय

असं वाटेल. ते फार वाईट ठरेल. सध्या मनाची समजूत काढा. आता मी फक्त सहयोगी मंडळीत आहे. पूर्वीच्या सारखी सहयोगी आता मी कधीही पाहणार नाही. यामुळे तुम्ही स्थिरस्थावर व्हायला वेळ मिळेल. तुम्ही स्वत:ची पुरेशी काळजी घ्या. दारू, सिगारेट या व्यसनांकडे वळू नका.

भावी मैत्रिणीला निवडताना चांगले निष्कर्ष लावा. मानसिक दौर्बल्यानं पुढ्यात येईल तिचा स्वीकार करू नका. निवड करण्यास पुरेसा वेळ घ्या.

जीवनावर प्रेम करा. सध्या एकटे आहात त्याची मजा घ्या. पूर्वी करावयाच्या सहचारिणीबरोबर असताना ज्या गोष्टी करू शकला नाहीत त्या पुऱ्या करा. तुमच्या या स्वातंत्र्याचा हेवा त्या जोडीदारणीला वाटला पाहिजे.

योग्य वेळ येताच पुन्हा प्रेमात पडाल. त्यासाठी प्रकरणाची सुरुवात पुन्हा वाचा व आत्मविश्वास प्राप्तीचे धडे आत्मसात करा.

दहा सेकंदात आत्मविश्वासप्राप्तीच्या युक्त्या

- आपण एकटेच आहात ना! मग संभाव्य मित्र, मैत्रीण कोठे भेटू शकते हे पहा.
- बीबीसीच्या पाहणीत असं आढळलंय की, कामाव्यतिरिक्त प्रेम जपण्याचं ठिकाण म्हणजे जिम – व्यायामशाळा. त्याचे सदस्य व्हा.
- हव्या असलेल्या व्यक्तीकडे दहा सेकंद पाहण्याची सवय करा.
- एकटेच बाहेर पडा. तुमची तुम्हाला प्रेयसी सापडण्याची शक्यता आहे.
- सकाळी उठल्यावर आरशात पाहून मनाला बजावा की, मी प्रेम करण्यास योग्य माणूस आहे.
- प्रेमभावना जागृत ठेवा. त्यासाठी दृश्यफिती, पुस्तके, साप्ताहिक शनिवार-रविवारची भटकंती यांचा उपयोग होईल.
- तुम्हाला काय वाटतं ते बोला. एक दिवसावर मनात विषय दाबून ठेवू नका.
- मैत्रीत जे आवडतं त्याकडे लक्ष द्या जे नावडतं ते पाहू नका.
- सध्याची मैत्री किती गाढ आहे, हे पाहण्यासाठी एक ते दहा मोजपट्टीचा वापर करा. सातपेक्षा कमी प्रमाण असेल तर योग्य ती कृती करा.

तुम्हाला उपयोगी गोष्टी लक्षात आणा. त्यावरून आत्मविश्वास वृद्धीची योजना लिहून काढा.

३

आत्मविश्वास-कुटुंबाबद्दल

कुटुंब. आपल्या प्रत्येकाला एक कुटुंब असतं. आपण आपल्या पालकांशी कसं वागतो यावर आपल्या मुलांचं आपल्याशी वागणं अवलंबून असतं. घरच्यांचे स्वभाव, त्यांना सांभाळून घेणं अशा संमिश्र भावनांत आपण बहुतांशी पालकांचं अनुकरण करतो.

कायदेतज्ज्ञांच्या अधिवेशनात एकदा मी हे विचार मांडत होते. विषय होता आत्मविश्वास वाढविण्याचा. एका तज्ज्ञ स्त्रीला माझे विचार अजिबात पटले नाहीत. तिच्या घरातलं कोणीही उच्च शिक्षण घेतलेलं नव्हतं. तरी ती शिकून मोठी झाली होती, परंतु माझं म्हणणं होतं त्यांच्या वागण्याच्या संबंधावर मुलांचं व्यक्तिमत्त्व घडतं. माझी अशी खातरी आहे की, तिच्या आई-वडिलांपैकी एक जण तरी नेहमी वाद घालणारा असला पाहिजे; अगदी तिच्यासारखा.

जगात आपण प्रवेश केल्यावर प्रथम संबंध येतो तो पालकांशी. त्यांच्या वागण्याकडे पाहून आपण परिस्थितीतून मार्ग काढायला शिकतो; लोकांशी बोलू लागतो; विचार करू लागतो. वादावादीतून मार्ग काढतो, आपल्या भावनांवर संयम ठेवायला शिकतो. आपण भावनाशील मनुष्यप्राणी आहोत. त्यांच्या वागण्याचा आपल्यावर परिणाम होतो. त्यात बदल करायला बरेच परिश्रम घ्यावे लागतात. त्यासाठी मोठी चिकाटी हवी.

तेव्हा आता आपण प्रत्येक प्रकरणाच्या सुरुवातीस जो प्रयोग करतो तो करून पाहू या. आपण आपल्या कुटुंबाबरोबर कसे वागतो याचा आढावा घेऊ या. पुढील प्रश्नांची उत्तरे द्या. मग आपण या धड्यातील शिकवणुकीचा वापर करून आपले कुटुंबातील संबंध सुधारून आपला विश्वास अधिक दृढ करू या.

सत्य – कुटुंबाची पाहणी

१. मी पालकांना जवळचा वाटतो का?..................................

जर नसेल तर का? ....

२. माझ्यावर ते टीका करतात असं मला अजूनही वाटतं का?............
उत्तर हो असेल तर ते का?..

३. मी माझ्या मतानं वागतो का त्यांच्या माझ्याकडून असलेल्या अपेक्षा पूर्ण करण्यासाठी वागतो? ....

४. लहान मुलाप्रमाणे माझ्यात भावाबदल द्वेष निर्माण होतो का?

५. मी माझ्या भावा-बहिणींना आता भेटतो का?..............................

६. शत्रुत्व अजूनही आहे का?..

७. माझ्या मुलांना भेटण्यास मी पालकांना पूर्ण मोकळीक देतो का?..
नसेल तर का? ....

८. माझ्या मुलांशी कसं वागावं याबद्दल माझी काही मतं आहेत. त्या विरुद्ध माझे पालक मुलांशी वागले तर त्याबद्दल मी पालकांशी बोलतो का?..
जर नसेल तर का?..

९. माझे पालक आणि मुलं मला आदर देतात का?......................
नसल्यास का नाही?..

१०. मुलं घरकामात मदत करतात का?......................................
नसल्यास का नाही?..

११. पॉकेटमनी मिळविण्यासाठी माझी मुलं खूप काम करतात का?
नसल्यास का नाही?..

१२. त्यांच्या चुकीबद्दल शिक्षा म्हणून मी त्यांना खाऊ न देणं किंवा पॉकेटमनी न देणं असं करण्यास तयार आहे का?......................
नसल्यास का नाही?..

१३. शिस्त पाळण्यासाठी मी आणि सौ. दोघे एकमत दाखवतो का?
नसल्यास का नाही?..

१४. मी माझ्या मुलांच्या म्हणण्याकडे लक्ष देतो का?.........................

१५. मुलांना कसं वागवलं जातं याबाबत त्यांच्या तक्रारी मी ऐकतो का?
नसल्यास का नाही?..

१६. मी सर्व मुलांना समान समजतो का? त्यात चांगले वाईट ठरवून वागत नाही ना?..

१७. त्यांचं कौतुक करून मी त्यांना प्रोत्साहित करतो का? शिक्षा करत नाही ना? ....

१८. मुलांशी चर्चा करून त्यांचे प्रश्न सोडविण्याचा मी प्रयत्न करतो का? नसल्यास का नाही?...

१९. स्वतंत्रपणे निर्णय घेण्यास मी मुलांना उत्तेजन देतो का?.................... नसल्यास का नाही?...

२०. 'त्यांचं त्यांना वाढू दे. मोठे होऊ दे,' असं मी वागतो का? नसल्यास का नाही?

तुमच्या उत्तरांना गुण द्या

प्रश्न क्र.१ ते ६

प्रश्न क्र. १चं उत्तर 'नाही' असं दिलं असेल तर या परिस्थितीत बदल कसा करावयाचा याचा विचार करायला हवा. पालकांशी जर जवळीक निर्माण झाली असेल तर अर्थ अगदी उघडच आहे. ते तुमच्यावर प्रेम करतात. जवळीक नसेल तर ती निर्माण करण्यास अधिक वेळ व संपर्क लागेल.

दुसऱ्या प्रश्नाचं उत्तर होकारार्थी असेल तर तुम्हाला कशा प्रकारचे संबंध ठेवावे लागतील याचा शोध घ्या. पालकांनी टीका केली म्हणून काय झालं? त्यामुळे तुम्ही करत असलेल्या कामामध्ये विपरीत परिणाम करण्याइतकी ती प्रखर नक्कीच नसेल.

तुम्ही आखलेल्या मार्गानं जर गेला नाहीत व पालकांच्या अपेक्षा लक्षात घेऊन वागलात तर अशा वेळी तुम्हाला खरंच काय करायचंय याचा पुनर्विचार करा. ते साधण्याचा मार्ग शोधा.

भावंडाकडून विरोध होत असेल व त्यामुळे तुमच्या कामावर परिणाम होणार असेल तर स्वत:च्या बलस्थानांची आठवण ठेवा. यापूर्वी तुमच्या हातून जे जे चांगल घडलंय त्याचं स्मरण करा.

प्रश्न क्र. ७ ते ९

या प्रश्नांची उत्तरं नकारार्थी असतील तर पालकांबरोबरचे संबंध तपासून पहा. याची सुरुवात करावयाची तर तुम्ही तुमच्या मुलांची प्रगती घडवून आणण्यास काय करत आहात हे तुमच्या पालकांना पटले पाहिजे.

पालकांशी बोलताना त्यांच्याशी मतभेद होणार नाहीत याची काळजी घ्या. संबंध सलोख्याचे राहिले पाहिजेत. त्यांना तुमच्यापेक्षा अधिक अनुभव आहे अशी

त्यांची भावना असते. तुमच्याकडे ते दुर्लक्ष करू लागले किंवा तुमचा अनादर करू लागले तर मात्र त्यांना घरातील पद्धती सांगा आणि तुमच्या विचारावर ठाम रहा.

प्रश्न क्र. १० ते १३

या विभागातील काही प्रश्नांना तुम्ही नकारार्थी उत्तरे दिली असतील तर तुमच्या मुलांबरोबर वागण्याबाबत पुनर्विचार करा. बाह्य जगात मोठेपणी व्यवस्थित वागता यावं यासाठी त्यांना चांगल्या वर्तनाचे धडे द्या.

पॉकेटमनी हा प्रयत्नांना प्रोत्साहन म्हणून द्या. तो त्यांचा हक्क म्हणून देऊ नका. मुलांच्या चांगल्या वागण्याला बक्षिसी मिळते, वाईट वागण्याला नाही हे त्यांना समजू द्या. त्यांच्या सहभागात आत्मविश्वास वाढेल.

आपली मुलं वेडीवाकडी वागणार नाहीत हे ध्यानात आल्यावर पालकांचा आत्मविश्वास वाढतो. आपल्या पालकांची वागणूक आपल्या हिताची आहे हे पाहून मुलांचा आत्मविश्वास वाढतो. सातत्य राहिले नाही तर अस्थिरता निर्माण होते.

प्रश्न क्र.१४ ते १८

या विभागातील प्रश्नांना प्रामाणिकपणे उत्तरं देणं अवघड वाटतं. त्याबाबत खरं जाणायचं झालं तर मुलांनाच विचारायला हवं. या विभागातील प्रश्नांना नकारार्थी उत्तर दिलं असेल तर कुटुंबातील वातावरणाचा पुन्हा विचार करा. मुलांचा आत्मविश्वास वाढायला असं वातावरण उपयुक्त नाही. ते वेगळ्या नव्या विचारांनी मोठे होत आहेत. त्यांचे विचार ऐकून घेतले नाहीत तर ते काय आहेत हे तुम्हाला समजणार कसं? तुमच्या इच्छा पूर्ण करण्याची तुम्हाला घाई आहे. तेव्हा त्यांच्या तक्रारी नीट ऐका.

आपल्याप्रमाणे मुलानं वागावं अशी बऱ्याच वेळा आपली इच्छा असते. तेव्हा मुलानं आपल्या कुटुंबासाठी खास वेगळं काय करायला हवं याची त्याला जाणीव द्यावी.

प्रश्न क्र. १७चं उत्तर अगदी सोपं आहे. बक्षिसानं प्रेरणा मिळते. शिक्षेनं उत्साह कमी होतो. मुलांचे प्रश्न सोडविण्यासाठी वेळ देणं हे प्रश्न क्र. १८मध्ये आहे. त्याचा लाभ होतो. त्यामुळे विषयात प्रभुत्व प्राप्त होतं. आत्मविश्वास वाढण्यास याचीच गरज असते.

प्रश्न क्र. १९ व २०

या शेवटच्या प्रश्नांना 'नाही' असं उत्तर दिलं असेल तर परिस्थितीत बदल करण्याचा प्रयत्न करा. लहान वयातच स्वतंत्रपणे शिकण्याची सवय झाली तर मोठेपणी ते स्वावलंबी होतात. मुलांनी लवकर घराबाहेर पडावं असं तुम्ही म्हणू

लागलात, तर ती घरी राहण्याचाच प्रयत्न करतात. हा जीवनातील विरोधाभास आहे. त्यांचं त्यांना ठरवू दे. हे तुमच्या व मुलांच्या आयुष्यातील मैलांचे दगड आहेत.

या धड्यात काय करायचं हे ठरवण्याचं काम वरील प्रश्न करतात. आपण आपल्या पालकांशी आणि मुलांशी कसे वागतो यामध्ये संबंध आहे. तो आपल्या ध्यानात आलेला नसतो. पण निश्चित त्यात सुसूत्रता आहे. आपण मोठे होतो. पालक होतो. मुलं मोठी होतात. आपल्या भूमिकांमध्ये बदल होतो व आपला विकास होतो.

कुटुंबासंबंधीच्या आठ कल्पित कथा

तुमच्या कुटुंबाबरोबरचा तुमचा आत्मविश्वास कसा वाढवाल? बऱ्याच पालकांना वाटेल की, आपण मुलांसाठी चांगल्या गोष्टी केल्यानं ते साध्य होईल. मग आपण सुख शांतीने राहू शकू. घरातील वादावादी कमी होईल. आपल्याला जे काही साधायचे आहे त्यास घरच्यांचा पाठिंबा मिळेल. अशा अनेक अपेक्षा पूर्ण होण्यासाठी हा धडा उपयोगी पडेल अशी आपली अपेक्षा असणार. तुमच्या अपेक्षा काहीही असोत, पण या बाबतीत काही कल्पित कथा आहेत. त्या मनातून काढून टाका. त्यांना मी कुटुंबाच्या आठ कल्पित कथा म्हटलंय.

कल्पित कथा १ :

कौटुंबिक जीवनात सर्व काही प्राप्त होते

सर्व काही कौटुंबिक जीवनात प्राप्त होणे शक्य नाही. तेव्हा त्यासाठी प्रयत्न करू नका. परंतु चिंता व त्रास कमी करण्यासाठी व भावनिक गुंतवणूक वाढविण्यासाठी काही मार्ग आहेत. तुमच्या पालकांमधील काही चांगले वाईट गुण तुमच्यामध्ये आले असतील. तसेच तुमच्यामधीलही बरे-वाईट गुण तुमच्या मुलांमध्ये उतरले असतील. हे जग परिपूर्ण नाही.

कल्पित कथा २ :

बालक म्हणून तुम्हाला जे काही मिळू शकले नाही ते सर्व काही तुम्ही तुमच्या मुलांना द्या

बालपणी तुम्हाला फार कष्ट न घेता थोडे काही प्राप्त झाले असेल, पण

काहीच न करता सर्व काही घेणं बरोबर नाही.

मला एका कार्यक्रमाची आठवण आहे. मी एका लक्षाधीश जर्मन जोडप्याची मुलाखत घेत होते. मुलांना कामाच्या मोबदल्याशिवाय त्यांनी काहीही दिले नाही. पॉकेटमनी, खाऊ दिला नाही. घराच्या बाजूची कामे केली, तरच सुट्या मिळत होत्या. हे ऐकून श्रोते अवाक झाले. मुलं मोठी झाली. त्यांनी त्यांच्या घरचाच व्यवसाय सांभाळला. पालकांपेक्षाही चांगला पैसा कमावला. त्यांना स्वत:चं काम सिद्ध करायचं होतं. स्वत:ची कमाई करायची होती.

काही वेळा यात टोकाची भूमिका घेतल्याप्रमाणे वाटेल; परंतु या तत्त्वामध्ये तथ्य आहे. न कमवता देणं हे बरोबर नाही. मुलांना काही चांगलं केल्याबद्दल बक्षिसी मिळावी. जीवनात यशस्वी होण्यासाठी अशा कृती कराव्यात.

कल्पित कथा ३ :

मुलांशी वागताना नेहमी सकारात्मक राहावं. ती चांगलं वागत नसली तरी त्यांना चांगलं म्हणावं

लहान मुलांना प्रोत्साहन देणं आवश्यक असतं. तसं न केल्यास त्यांच्या हातून अपेक्षित वागणूक मिळणार नाही, पण आंधळेपणानं नुसतं कौतुकच करणं अयोग्य होईल. ती मुलं जीवन खरंच काय आहे हे समजून घेऊ शकणार नाहीत. परवा मी काही शिक्षिकांशी बोलत होते. त्या शिक्षिका मुलांना समजावून सांगण्याचा प्रयत्न करत होत्या की, मुलं काही बाबतीत हुशार असतात व काही बाबतीत मागे पडतात; पण पालकांनी मुलांना एवढं चढवून ठेवलं होतं की, वास्तव जीवनापासून ती फार दूर राहिली होती. असं करणं म्हणजे सकारात्मक विचार आणि प्रोत्साहन याबद्दल गैरसमज असणं होय. मदत करण्याच्या भावनेनं टीका करावी. त्यामुळे मुलांना त्यांच्या वर्तमानात बदल करावा वाटेल. आपल्यातील कमतरता ध्यानात येतील. याला सकारात्मक दृष्टिकोन म्हणावं. घालूनपाडून बोलणं, कमी लेखणं यानं हे साध्य होणार नाही.

मला आठवतं, मला गायिका व्हायचं होतं. मी स्कॉटिश ऑपेराच्या सांघिक गायनात भागही घेतला. मला त्यात मजा आली. नंतर मी बाजूला बसून महान गायिका मिरेला फ्रेनी यांचं मिकीला आणि प्लेसिडो डोमिंगो यांच्या समवेत झालेलं गाणं ऐकलं. आपण इतके चांगले गायक होणार नाही याची मला तेव्हाच जाणीव झाली. सध्या बाजारात खूप चरित्रं उपलब्ध आहेत. त्यातील नायकांना शंभर वा हजार वेळा अपयश येतं, तरीही ते प्रयत्न करणं सोडून देत नाहीत. मग यशस्वी होतात. माझ्या बाबतीत मात्र मला माझ्या मर्यादा वेळीच ध्यानात आल्या. माझी

बलस्थानं ओळखून मी त्या क्षेत्रात कामास लागले. माझ्या दृष्टीनं हाही सकारात्मक विचारच आहे. मुलांच्या बाबतीत असंच असतं. वस्तुस्थितीला सोडून सकारात्मक विचार करणं नुकसानकारक होईल.

कल्पित कथा ४ :

अनोळखी आणि लुटारू हे मुलांना छळायला टपलेलेच असतात

मुलांना पळवून नेल्याच्या अनेक भयानक घटना आपण टीव्हीवर पाहतो. आपण मुलांना आपल्या ज्ञात कक्षेत ठेवावं. दृष्टिआड होऊ देऊ नये. परंतु या पद्धतीच्या गुन्ह्यांची संख्या फार वाढताना दिसत नाही. टीव्हीवर सारखं दाखवल्यानं आपल्याला अशा गुन्ह्यात वाढ होते असं वाटतं; पण प्रत्यक्षात तसं नाही. विशीतल्या मुलांच्या गुन्ह्यात मुलांना पळविणे किंवा छळणे हे गुन्हे आढळत नाहीत. तेव्हा मुलांना सारखं आपल्या धाकात ठेवून त्यांना स्वतंत्र वागू न देणं हे बरोबर नाही.

कल्पित कथा ५ :

मुलांकडे पाहावं. त्यांचं ऐकू नये

माझ्या तरुणपणी हे वाक्य मी ऐकायचे. मला गप्प करण्याचा तो प्रयत्न असावा. पण ते कधीही प्रत्यक्षात खरं ठरलं नाही, पण ते वापरात यावं असं वाटलंच कसं याचंच मला आश्चर्य वाटतं. काय चाललंय याचं मुलांना पूर्णपणे भान असतं. त्यांचे त्याबाबतचे अंदाज बरोबर जमतात तर काही थोड्या फरकात जमतात.

माझ्या मैत्रिणीच्या बहिणीला नुकतीच मुलगी झाली. त्यांना पहिला रिचर्ड नावाचा गोंडस मुलगा होता. मैत्रिणीच्या कुटुंबात ही बातमी पोहोचल्यावर आनंद वाटण्याऐवजी त्यांची तीन वर्षांची मुलगी रडायला लागली. सर्वांच्या गोंगाटात तिचा आवाज ऐकू आला. ती म्हणत होती, 'आता रिचर्डचं कसं होणार?' तिला वाटलं होतं की, नवीन मूल हे आधीच्या मुलांची जागा घेणार. नशीब, तिचं नीट ऐकून घेतलं गेलं; पण तिच्या कल्पनेप्रमाणे कृती केली नाही.

खरं पाहता घरातील लोकांच्या सहभागातच खरं यश लपलेलं आहे. सर्वांनी घरासाठी मनापासून काम करायला हवं. त्या वेळी पालकांचा हुद्दा किंवा मुलांच्या सूचना यामुळे कामात अडथळा आणू नये. मदतीस धावणाऱ्या मुलांनी त्यांचा विचार करावा. त्यांना बोलतं करण्यासाठी त्यांच्यामध्ये धीटपणा आणण्याचं काम

पालकांचं आहे.

कल्पित कथा ६ :

मुलं ही जात्याच हुशार असतात. ती कठीण प्रसंगातून मार्ग काढतात

बालमानसोपचार तज्ज्ञांशी मी बऱ्याच वेळा बोलले आहे. या बाबतीत मुलं जेव्हा खूप अस्वस्थ असतात, तेव्हा त्यांना मोठ्या माणसांप्रमाणे मदत केली तर हे शक्य आहे.

एक अलिखित संकेत आहे. मुलांना काही आजार होत असेल, तर त्याकडे कमी गांभीर्यानं लक्ष दिलं जातं; पण या विधानाला पुष्टी देणारा पुरावा आढळलेला नाही. वास्तविक मुलाला परिस्थितीचं नीट आकलन झालेलं नसल्यानं ते अधिकच भयभीत होतं. ही भीती त्या व्यक्तीच्या अजाणतेपणी मोठेपणीही शिल्लक राहते.

रक्त पाहून भिणाऱ्या एका माणसाची कथा मला आठवतेय. त्याचं किंवा इतरांचं रक्त पाहिलं किंवा त्या संदर्भातील परिस्थिती पाहिली तरी त्याला भीती वाटे. रक्तासारखं काही दिसलं तरी त्याला चक्कर येई. असं का होतं याची त्याला कल्पना नव्हती. या कायमच्या भीतीमुळे त्याला मूर्खासारखं वाटतं होतं. त्याचा त्याच्या कामावर परिणाम झाला होता. आपल्याला मध्येच भोवळ येईल या भीतीनं तो गाडी चालवत नसे. सामाजिक कार्यक्रमाला जाणंही तो टाळत होता.

त्याचा पूर्वेतिहास जाणून घेतला तेव्हा कळलं की, तो तीन वर्षांचा असताना पोरका झाला होता. त्याला पालकांसंबंधी काहीही माहिती नव्हती. त्यांनी त्याला सोडून दिलं होतं असं त्याला सांगण्यात आलं होतं. मानसशास्त्रज्ञानं या प्रकरणात अधिक लक्ष घातलं. ती वाचनालयात गेली. मुलगा तीन वर्षांचा होता त्या दरम्यानची वृत्तपत्रं वाचली. तिच्या असं ध्यानात आलं की, शेतावरील घरात राहत असताना लुटारूंनी त्याच्या आईवडिलांना गोळ्या घातल्या. त्या वेळी हे मूल स्वयंपाकघरातील टेबलाआड लपलं होतं. त्यानं काहीही पाहिलं नव्हतं, परंतु गोळीबाराचे आवाज ऐकले. पालकांचं रक्त जमिनीवर सांडल्याचं या मुलानं पाहिलं होतं. त्याच्या चुलतीनं त्याचा सांभाळ केला. त्यांनी त्याच्या पालकांसंबंधी काहीही सांगितलं नाही. त्या प्रसंगासंबंधीही काही बोलल्या नाहीत. तो मुलगा पालकांप्रमाणेच सशक्त राहावा ही त्यांची अपेक्षा होती. त्याला जे माहिती नाही त्याचा त्याच्यावर परिणाम होणार नाही अशी त्यांची कल्पना होती.

हे टोकाचं उदाहरण झालं. तरीही तत्त्व असं आहे की, मोठ्या माणसांप्रमाणेच मुलांवर आजारपण, विरुद्ध वातावरणाचा परिणाम होत असतो. काही वेळा तो अधिकच होतो, कारण त्यांना हे का होतंय हे आकलन होण्याची शक्ती कमी असते.

कल्पित कथा ७ :

भावंडातलं वैर हे प्रेरणादायी व चांगलं असतं

कुटुंब म्हटलं की भावा-बहिणीत भांडणं आलीच. परंतु त्याला प्रोत्साहन द्यायचं का? ती नेहमी चांगली असतात का?

तुलना ही घरातील असो वा बाहेरील ती चांगली नसते. त्यामुळे एक दुसऱ्यापेक्षा मोठा वा चांगला आहे, अशी भावना निर्माण होते. तथापि तुलनेनं प्रोत्साहनही मिळून जो मागे पडला आहे, तो बरोबरीत येऊ शकतो; परंतु सध्या तरी कमी लेखणं, कमी मूल्य करणं असाच त्याचा अर्थ काढला जातो. एक मानसशास्त्रज्ञ म्हणून मला अशी अनेक उदाहरणं आढळली की, जीवनातील आनंद लुटण्याऐवजी मोठ्या वयाची भावंडं वैरभाव जोपासतात.

वास्तविक पालक या नात्यानं मुलांच्या वैयक्तिक गुणांना प्रोत्साहन द्या. इतरांपेक्षा मुलाला वेगळं वागवायचं असेल तर त्यावर सखोल विचार करा. नीट समजावून न घेता वागल्यास मुलांच्या डोक्यावर परिणाम होण्याचा धोका असतो.

कल्पित कथा ८ :

तुम्ही आणि तुमचे कुटुंब पालकांपासून अलग राहिल्यास त्यांच्या जुनाट विचारांचा पगडा तुमच्यावर पडत नाही

तुम्ही तुमच्या पालकांना जवळ करा वा न करा त्यांच्या विचारांचा पगडा हा तुमच्यावर असतोच. तुम्ही मोठे झालेले आहात. तुम्हाला प्रगती करायची असेल तर राग आणि नैराश्याला दूर ठेवायला हवं. पालकांशी तुम्हाला जमवून घेता आलं की, तुम्हाला कोणाशीही चांगले संबंध राखता येतात. विशेषत: मुलांशी नीट जमवून घेता येतं.

एकदा मी एका प्रसन्न व्यक्तिमत्त्वाच्या संचालकांना शिकवत होते. ते जागतिक स्तरावर उत्पादन करणाऱ्या कंपनीत कार्यरत होते. त्यांना जगभर प्रवास करावा लागायचा. त्यांच्या कंपनीत त्यांना मान होता; परंतु त्यांचे वरिष्ठ या संचालकांत कमतरता असल्याचे सांगत. त्याच्यामध्ये धडाडी, प्रभाव पाडणं या गुणांची कमी असल्याचं मानत. त्याला कामात बढती हवी असेल तर बराच बदल करायला हवा असं म्हणत.

पहिलं प्रशिक्षणाचं सत्र झालं. तेव्हा समाजामध्ये मिसळायला त्यांना कठीण जाण्याची कारणं काय आहेत यावर चर्चा केली. तेव्हा असं लक्षात आलं की,

त्यांना संधी दिल्यास, थोडं प्रशिक्षण दिल्यास ते यशस्वी होऊ शकतील. सुट्टीत तो कुटुंबीयांसह पालकांना भेटला. लोकांमध्ये मिसळण्यात तो कमी का पडतो याची चर्चा केली. त्यांचे वडीलच फक्त बोलले; पण मुद्द्याचं बोलणं होतच नव्हतं. कुटुंबात आपली मतं मोकळेपणानं मांडण्याची कोणाला सवयच नव्हती. वडीलही त्यांच्या वडिलांशी बोलले नव्हते.

या भेटीतील चर्चेनंतर हा संचालक माझ्याकडे आला. धरण फुटावं तसं तो बोलू लागला. त्याला घरातील पार्श्वभूमी कळलेली होती. स्वत:त सुधारणा करण्यासाठी काय कौशल्यं हवीत हे त्यानं जाणलं होतं. तो एक नवीनच व्यक्तिमत्त्व घेऊन आला होता. सकारात्मक विचार करणारा, बोलका असा झाला होता.

कुटुंबामध्ये शांततापूर्ण असं एक कटकारस्थान चाललेलं असतं. कुटुंबातील वाईट गोष्टी वाढत असतात. परंतु घरातील पूर्वीच्या पायंड्यावर मात करायची ठरवा. अस्वस्थ होऊ नका. उत्साहात कामाला लागा. हे न केल्यास घरातील घातक शांतता महत्त्वाच्या प्रसंगी त्रासदायक ठरेल.

कुटुंबासाठी चार शब्द

स्त्री मासिकासाठी मी लेख लिहीत असते. माझ्या एका वाचकाकडून पत्र आलं. त्यावरून मला हे लिहावं वाटलं. ते आलेलं पत्र असं होतं –

'मार्गदर्शन करा! माझे पती आणि मी आलटूनपालटून एकेक वर्ष अनुक्रमे त्यांच्या पालकांकडे व माझ्या पालकांकडे जातो. ही प्रथा आम्ही पाडायला नको होती असे आता वाटते. आता ही पद्धत थांबवणंही अवघड झालंय. ते पालक आमच्याकडेही येऊ शकत नाहीत. त्यांना हा फार दूरवरचा प्रवास वाटतो. आता नाताळात आपण घरचे तिघेच एकत्र असावं असं वाटतं. माझे पती खूप कष्टाळू आहेत. त्यांना दूरच्या गावी कामास राहावं लागतं. मला दोन वर्षांचा मुलगा आहे यामुळे माझीही पतीशी कमीच भेट होते. आम्ही भेटीच्या योजना आखतोय. तर त्यामध्ये पुन्हा त्यांच्या आणि माझ्या पालकांना भेटण्याचा विषय हा अडथळा ठरतो. या परिस्थितीत मी काय करू?'

मी उत्तरात संबंधित सर्वांशी चर्चा करण्याचा सल्ला दिला.

ते उत्तर पुढे देत आहे –

'नेहमीच्या चाकोरीबद्ध जीवनापासून वेगळेपण अनुभवायला नाताळ हा चांगला सण आहे. मला आठवतं, एकदा मला आमंत्रणांचा मान राखण्यासाठी एकाच रात्री दोन मेजवान्यांना जावं लागलं.

सर्वांना बरोबर घेतल्यास प्रश्न सुटतो असं माझं मत आहे. दोन्हीकडील

पालकांना विश्वासात घेऊन आपला प्रश्न सांगावा. तुम्ही त्यांच्याशी संवाद साधा. नाताळसारख्या महत्त्वाच्या सणाला आपण तिघेही एकत्र येऊ शकू या दृष्टीनं काय करता येईल हे विचारा. त्यावर साधकबाधक चर्चा करा. त्यांनीच मार्ग शोधून काढला तर त्यांच्या नाराजीचा प्रश्न राहणार नाही.'

या उत्तरावरून असं लक्षात येईल, की मीही अशाच प्रश्नात अडकले आहे. त्यांना कसं सहभागी करून घेतलं हे पाहून तुम्हाला आश्चर्य वाटेल. थोडं नीट नियोजन करा. सर्वांशी चर्चेची तयारी ठेवा. मग परिस्थिती चिघळणार नाही. घरातील छोट्या-छोट्या कामांची वाटणी केल्याचाही फायदा होतो. नोकरी करणाऱ्या स्त्रिया घरी परत आल्यावर त्यांनी स्वयंपाक करावा व सर्व कामे करावीत अशी अपेक्षा बाळगणारी आजही अनेक घरे आहेत. हे थांबलं पाहिजे. प्रत्येकाची कामं ठरवून घ्या. एकाची कामं दुसऱ्याला करायला लावू नका. वापरलेले, वास येत असलेले पायमोजे धुण्यासाठी पडून राहिले तरी हरकत नाही. डिशेस धुवायच्या राहिल्यानं त्याचा ढीग झाला तरी चालेल. घरातल्यांनी मदतीचा हात पुढे केल्याशिवाय त्या कामास हात लावू नका. तरुणांनी घरकामात मदत केली नाही तर ते आयुष्याला सामोरे जाऊ शकणार नाहीत. हे मुले आणि मुली या दोघांनाही लागू आहे.

विरोध होत असतानाही आपल्या मतावर ठाम रहा. त्यामुळेच आत्मविश्वास वाढतो.

वातावरण बदलणे

आपल्या कुटुंबातील लोकांनी कसं वागावं असं तुम्हांस वाटतं याबाबत थोडा विचार करू या. मी पुढे काही मुद्दे दिले आहेत. ते विचार म्हणजे अगदी दगडावरची रेघ नव्हे; परंतु भविष्यकाळात त्यांचा निश्चितपणे उपयोग होईल. आयुष्यात काही गोष्टी या घडून जातात. आपण त्या विचारपूर्वक ठरविलेल्या असतातच असं नाही. भविष्यकाळाचा विचार करणं हे नेहमीच उपयुक्त ठरतं.

१. एकमेकांशी वागणे

- ✦ तुम्ही भांडण कसे मिटवाल?
  - घरात चर्चा करून
  - दोघात समेट घडवून
  - घरातील सर्वांना सामावून घेऊन
- ✦ एकमेकांशी कशा पद्धतीनं बोललेलं आवडेल?

- सांगण्यापेक्षा विचारण्याची भाषा वापरून
- मुलांच्या पुढ्यात शपथ घ्यावी का न घ्यावी?

✦ वागणूक कशी असावी?
- हिंसक नसावी. शारीरिक शिक्षा देऊ नये.

✦ घरातल्या लोकांनी कोणत्या वेळी एकत्र यावे?
- जेवणाच्या वेळी – कोणत्या?
- घरातील लोकांची बैठक किती वेळा असावी?
- सुट्टीत काहींनी का सर्वांनी एकत्र यावे?
- साप्ताहिक सुटीत कुटुंबातील कामे झाल्याबरोबर

२. घरातील कामं – काही उदाहरणं

✦ बेडरूम आवरणे
✦ स्वयंपाक
✦ जेवणानंतरची आवराआवर
✦ भांडी घासणे
✦ कपडे धुणे व इस्त्री करणे
✦ गाडी धुणे

३. वैयक्तिक कामं – काही उदाहरणं

✦ स्नान करणे
✦ सकाळची अन्य स्वच्छता
✦ पोशाख करणे
✦ दात घासणे
✦ वेळेवर उठणे
✦ ठरल्या वेळी झोपी जाणे
✦ शाळेत वेळेवर जाणे

४. आरामाची वेळ – पुढील गोष्टींसाठी किती वेळ द्यावा?

✦ टीव्ही पाहणे
✦ कॉम्प्यूटर चालविणे

- खेळ; मित्रासमवेत बाहेर जाणं
- घरच्यांसमवेत बसणं

५. बक्षीस – ते काय बक्षीस देतील? काही उदाहरणं

- पॉकेटमनी
- सिनेमाला जाणे
- कॉम्प्यूटरवर जादा वेळ बसण्याची मुभा
- सायकलवर फिरायला जाण्यास संमती
- व्हिडिओ पाहणे.

६. कोणत्या गोष्टीसाठी बक्षीस द्यावं असं तुम्हाला वाटतं?

उदा. वरील क्र. २मधील घरातील कामं किंवा क्र. ३मधील वैयक्तिक कामं यातून निवड करा.

७. आपल्या पालकांसमवेत किती वेळ राहावं वाटतं? तुम्हाला असं वाटतं का

- प्रत्येक साप्ताहिक सुटीत त्यांच्याबरोबर राहावं का महिन्यातून एक रविवार एक जेवण फक्त घ्यावं?
- नाताळसारखा सण आपली पत्नी व मुलांसमवेत साजरा करावा का पालकांसमवेत? कोणाचे पालक? त्यांनी तुमच्याकडे यावं का तुम्ही त्यांच्याकडे जावं?
- त्यांनी तुमच्याकडे किती वेळा यावं? आल्यावर किती काळ राहावं?
- तुमच्या पालकांनी तुमच्या मुलांसाठी काय भेटवस्तू आणलेली तुम्हाला आवडेल?

आपल्या वागण्याचा आपण शांतपणे विचार करावा. आपली सर्व तत्त्वं लिखितच असली पाहिजेत असा आग्रह नको. मला माझ्या एका ग्राहकाचं उदाहरण आठवतं. तिचे वडील मानसशास्त्रज्ञ होते. सुटीत कसं वागावं याचे नियम ते मुलांच्या खोलीत वेळापत्रकासह लावीत. मुलांच्या अशा प्रकारच्या पालनपोषणापासून सुटका करून घ्यायला तिला बराच कालावधी लागला.

आपल्या पालकांशी आपण कसं जुळवून घेतो याबद्दल शांतपणे विचार करा. मुलांदेखत वा अनुपस्थितीत काय बोलायचं हे ठरवा.

पालकांशी वागताना भावनिक शक्तीचा वापर

आपल्या पालकांचा आपल्या वागण्यावर मोठेपणीही प्रभाव राहत असतो. लहानपणी आपण त्यांच्यासमोर वरचेवर असोत किंवा त्यांना टाळण्याचा प्रयत्न केलेला असो, तो प्रभाव राहतोच. दोघांनाही फायदेशीर ठरेल असं आपण त्यांच्याशी नातं ठेवणं हितकारक. त्या पद्धतीनं आपण त्यांच्याशी वागावं. मग त्यांच्याकडून प्राप्त होणारा भावनिक पाठिंबा उपयुक्त ठरतो : अर्थात याला काही अपवाद असतातच. जर पालकांशी चांगले संबंध नसतील तर पालकांशी मर्यादित संबंध ठेवलेले चांगले. पालकांशी असलेल्या संबंधावरून आपण कसे आहोत आणि आपली वंशावळ कशा प्रकारची आहे हे समजून येतं.

संपर्कात रहा

आपण जरी मोठे झालो तरी पालकांसाठी आपण मुलंच असतो. आपण अर्धे जग फिरलेलो असलो तरी ते आपली काळजी करत असतात. मला माझ्या वडिलांची गोष्ट आठवते. मी केमन आयलँडवर राहत होते. तेव्हा वादळाचा तडाखा मी राहत असलेल्या बेटाला बसेल का, या काळजीनं त्यांनी जगाचा नकाशा बाहेर काढून त्यांचा अभ्यास सुरू केला. ते सतत टीव्हीवरील हवामानाचे अंदाज पाहत होते. मला हे आधी कळलं असतं तर मी त्यांना वरचेवर खुशालीचे फोन केले असते. यासाठी सतत संपर्कात रहा.

पाठिंबा मिळवा, मदत मागा

त्यांना तुम्हाला मदत करावयाची असते. तुम्हाला स्वातंत्र्य हवं असतं म्हणजे त्यांना काही मागायचं नाही असा चुकीचा अर्थ काढला जातो. मी जेव्हा संकटात होते तेव्हा पालकांनी मला मनापासून प्रेम दिलं होतं. परंतु तुम्हाला जेव्हा त्यांचे उपदेशाचे डोस – 'मी असं असं सांगितलं होतं' – हे नको असतील तर तुम्ही त्यांना मोकळेपणानं सांगा. तुमच्या गोष्टीत लक्ष न घालण्याची विनंती करा.

मतभेदांचाही मान राखा

त्यांची संगीतातील आवड तुम्हाला रुचेलच असं नाही. त्यांचे राजकीय विचार, नीतिमत्तेची तत्त्वं वेगळी असू शकतील. तरीही या मतांतराचाही आदर राखा. पूर्वी मी पालकांची मतं बदलण्याचा खूप प्रयत्न केला, परंतु अपशयानं मला रडावं लागलं. आता त्यांनी राजकीय मतावर टीका केली तरी मी त्याकडे पूर्ण

दुर्लक्ष करू शकते.

ठामपणे उभे रहा

आपण लहान मूल समजून वागलो तर आपल्या पालकाकडून मिळणाऱ्या सूचनांची वाट पाहत बसू. आपण आपली मतं निर्माण करावीत व ती ठामपणे मांडावीत हे चांगलं.

मला एक प्रसंग आठवतो. मी तीस वर्षांची होते. एका सुटीच्या दिवशी संध्याकाळी मित्राबरोबर फिरायला बाहेर पडले होते. मध्यरात्री घरी आले. पाहते तर आईवडील जागे. ते बाल्कलीन उभे होते. माझ्या शोधासाठी पोलिसांशी संपर्क करणार होते. आता याबाबत उद्या शांत डोक्याने बोलू असे म्हणत आम्ही झोपी गेलो.

दुसरे दिवशी मी समजावून सांगितलं की, जेवायला जाऊन मध्यरात्री घरी येणं यांत सद्य:स्थितीत काहीही गैर नाही. त्यांना वाटणाऱ्या काळजीची मला कल्पना आहे; पण या वयामध्ये मला हे त्यांचं वागणं फारच चमत्कारिक वाटलं. अशा प्रसंगी भविष्यात काय करता येईल यावर आम्ही चर्चा केली. जे मार्ग मला पसंत नव्हते त्याबाबत मी ठाम राहिले. पालकांना राग न येता तेच चुकल्याची भावना निर्माण झाली. पूर्वी मीच माघार तरी घेतली असती किंवा चिडले असते. त्या दोहोंचाही उपयोग झाला नसता.

पालकांशी वागताना ठाम राहण्याचे परिणाम

१. परिस्थितीचा आढावा घेऊन मार्ग काढला.
२. पालकांच्या भावनांची जाण आली.
३. तुम्हाला काय वाटलं ते सांगणं
४. उत्तरांवर चर्चा करणं.
५. उत्तरांच्या परिणामांचा विचार करणं. अमान्य मुद्द्यामुळे आपल्यात वितुष्ट न येऊ देणं.

तुमच्या भाग्यात त्यांना सहभागी करा

तुमच्या पालकांची आर्थिक स्थिती उत्तम असू शकते. अशा वेळी त्यांना तुमच्याकडून पैशाची गरज भासणार नाही; परंतु त्यांची आर्थिक स्थिती चांगली नसेल तर वर्षातून एका मोठ्या सुटीत तरी त्यांना आपल्याकडे घेऊन या. किंवा त्यांना तुमच्याकडेच ठेवा. हे वरवरचं आमंत्रण नको. बोलविताना आठवड्यासाठी

का दोन दिवसांसाठी बोलावत आहात हेही आधीच स्पष्ट करा. त्यात काही वाईट वाटून घेऊ नका.

माझ्या मैत्रिणीचे वडील तिच्या घरी आले. अनिश्चित काळ राहिले. ते सतत टीव्हीसमोर बसून रिमोट कंट्रोलनं चॅनल बदलत राहायचे. तिला तिचे आवडते कार्यक्रमही पाहणं अशक्य झालं. इतरांनी त्यांच्यासाठी वाट पाहावी अशी त्यांची अपेक्षा होती. त्यांची दिवंगत पत्नी पूर्वी हे सारं सहन करत होती; पण ते आता मुलीबाबत कसं चालणार? थोडक्यात त्यांनी मुलीला वेड लागायची वेळ आणली होती.

साधारणत: ती शांतपणे तिची नाराजी व्यक्त करत असे. मग तिनं माझ्याशी चर्चा करून एक नवी युक्ती शोधून काढली. तिनं त्यांना समजावून सांगितलं, ''ती त्यांच्यावर खूप प्रेम करते. परंतु त्यांच्या वागण्यामुळे तिच्या राहण्यावर फार विपरीत परिणाम होतोय.'' ती त्यांना घेऊन आठवडाभर सहलीला गेली. तिथूनच तिनं त्यांचा निरोप घेतला. पुन्हा घरी येताना पूर्वसूचना देत चला अशी विनंती केली.

कुटुंबातील चांगल्या गोष्टी, तत्त्वं यांवर चर्चा करा

आपल्या घरातल्या वागण्याच्या पद्धती पालकांना सांगा. त्यांच्या तशा पद्धती असतीलच असं नाही; परंतु तुमच्या पद्धती पाळण्याची त्यांना विनंती करा.

पालकांसाठी आत्मविश्वास वाढीच्या गोष्टी

एक मानसशास्त्रज्ञ म्हणून मी सांगते की, जे चालू शकतं तेच करावं. मुलांना ते करण्याचं शिक्षण द्यावं. आपल्या मतांनी त्यांनी काय करावं हे सांगत बसू नये. त्यांच्या कल्पना प्रत्यक्षात आणण्यासाठी त्यांच्यावर जबाबदारी टाका. त्यांना स्वातंत्र्य द्या. त्यांना आवश्यक ती कौशल्यं प्राप्त करू देत.

पालकांसाठी काही युक्तीच्या गोष्टी आहेत. त्या पहा.

एक आदर्शवत व्यक्ती व्हा

तुमची मुलं म्हणजे जवळजवळ तुमची प्रतिमाच असतात. ते आज्ञाधारकपणे तुमचं अनुकरण करत असतात. तुमची नक्कल करत असतात. तुम्ही आहात तशी ती झालेली तुम्हाला चालणार का? तुम्ही तशी प्रतिज्ञा करा. तीही तसंच ठरवतील. तुम्ही वेगानं काम करणारे असाल तर ती तशीच वागतील. पालकांची शिकवण्याची पद्धत पाहून त्यांच्याबद्दल आपुलकी आणि आदर निर्माण होतो.

शक्तिवान, विचारवंत होण्यासाठी मुलाला मदत करा. तुमचा मुलगा स्वतंत्र प्रभावी विचारवंत होण्यासाठी घरी काही खास प्रसंग घडवून आणा.

१. **मुलांना काळजीपूर्वक ऐका.** त्यांच्या म्हणण्याला मान द्या. तुमच्या मौल्यवान अनुभवांचा साठा त्यांना सांगण्यासाठी तुम्ही उत्सुक असाल; परंतु आताच्या शिकवण्याचा तो हेतू नाही. त्यांच्या कल्पना कितीही चमत्कारिक वा अपूर्ण वाटल्या तरीही त्या ऐका.
ते बोलताना त्यांना मध्ये अडवू नका. मग सध्याच्या तणावाच्या परिस्थितीत मुलांना काम सांगा. मग आपण वेगळं काही करायला मोकळे. अधिक महत्त्वाच्या कामाकडेही वळू शकतो.

२. **सांगू नका. विचारा.** हे पालकांना सांगितल्यावर ते बऱ्याच वेळा म्हणतात की, हे करायला आपल्याला वेळ नाही. मुलं जर टीव्ही, लॅपटॉपमध्ये गुंतलेली असतील तर पालकांनी सांगून तरी काय उपयोग होणार? पालथ्या घड्यावर पाणी पडणार. तरीही पालकांनी एखादं काम करताना मुलांनी कोणते मार्ग अनुसरावेत हे मार्गदर्शन करावं. त्यामुळे मुलांना स्वतःहून काही उत्तरं सापडतील. उत्तरं सापडण्याचा कोणता मार्ग होता हे त्यांच्या ध्यानात येईल. वेगानं शिकता येईल. याचाच खरा उपयोग होतो. माझी आई मला शब्दांचं स्पेलिंग विचारायची. त्या वेळी मी चिडायचे. तिला तर स्पेलिंग माहिती असायचं याची मला कल्पना होती. मग ते पटकन न सांगता ती विचारत बसायची म्हणून मी रागवायचे. मग मला शब्दकोश उघडून तो शब्द शोधायला लागायचा, पण आता लक्षात येतं की, त्यामुळे मला शब्द आणि साहित्याबद्दल प्रेम निर्माण झालं.
विचाराला चालना देणारे प्रश्न विचारा. उदा. "समोर एक धटिंगण आलाय तुम्ही काय कराल?" किंवा "वर्गातील सर्वांइतके तुम्ही हुशार आहात तर तुम्ही अभ्यास कसा कराल?" किंवा 'इतर मुलींइतकी तू सुंदर आहेस. मग नृत्याच्या वर्गाला जाण्याबाबत काय विचार आहे?' यानंतर त्यांची त्यांना उत्तरं शोधू देत.

३. **विचार करण्यासाठी शांतता आणि एकांत हवा.** मुलं उत्तरं द्यायला उत्सुक नसतील तर तुम्ही बोलणं थांबवा. मग त्यांना विचार करायला वेळ मिळेल. उत्तरं येऊ लागतील.

४. **सुचतील तसे विचार मांडायची मुभा द्या.** कल्पना या मुद्देसूदच मांडल्या पाहिजेत असं बंधन नाही. खरं पाहता मुक्त चिंतन ही निर्मितीची प्रक्रिया आहे. क्रिएटिव्ह प्रॉब्लेम सॉल्विंग इन्स्टिट्यूट, बफेलो येथे तज्ज्ञ लोक फार विचार न करता एकदम कल्पना कशा मांडायच्या हे शिकवतात.

परिषदांमधून आम्हा मोठ्या लोकांना एकदम कसं बोलायचं हे शिकवतात. कारण आम्ही पूर्ण बरोबर आहोत ना हे निश्चित होईपर्यंत बोलतच नाही. त्यामुळे नव्या कल्पना सुचणं कमी होतं.

कुटुंबात कौतुक करण्याचं वातावरण ठेवा

आपली अवहेलना झाली तर आपण गुदमरल्यासारखे होतो. मग मुलांच्या बाबतीत त्यांचे प्रश्न सोडवण्यात थोडी जरी प्रगती दिसली तरी शाबासकी देण्याची संधी सोडू नका.

संकटाच्या काळातही अगदी शांत राहणाऱ्या एका मुख्य अधिकाऱ्याशी मी बोलत होते. मी त्याला विचारलं की, घरीही तू असाच वागतोस का? तो म्हणाला, हो; परंतु घरच्या लोकांना तसं वाटत नाही. त्याची बायको आणि मुलं त्याला दूर राहणारा व गूढ समजतात. याचं कारण आम्ही शोधण्याचा प्रयत्न केला. तेव्हा असं ध्यानात आलं की, मुलांनी त्याचं ध्येय पूर्ण करेपर्यंत मध्ये तो त्यांचं कधीच कौतुक करत नसे. त्याला मानसशास्त्रज्ञांचं मत सांगितलं. प्रत्येक छोट्या टप्प्यावर अभिनंदन करावं. त्यामुळे मोठा टप्पा पूर्ण होतो. हे ऐकून त्याला नवं काही प्राप्त झाल्याचा आनंद झाला. आतापर्यंत आपण प्रेरणा देणारे आहोत असं त्याला वाटत होतं, तर घरच्यांना हा दुर्लक्ष करणारा आहे असं वाटत होतं. त्यानंतर त्याच्या कंपनीनंही कौतुकाच्या योजना राबवायला सुरुवात केली होती. माझा तेथील प्रकल्प पूर्ण झाला होता. त्या वेळी त्यांनी कर्मचाऱ्यांसाठी पारितोषिक समारंभाचं आयोजन केलं होतं. मला आशा आहे, त्यानं ही पद्धती घरीही सुरू केली असावी.

मुलांचं कौतुक करण्याचे काही नियम

कौतुक नियम

अधूनमधून
विशिष्ट
त्वरित
सातत्यानं
मनापासून

जुगार खेळणाऱ्याला अधूनमधून बक्षीस लागलं की, तो खेळत राहतो. पहिल्या नियमाची अधूनमधून ही शक्ती आहे. जुगारी प्रत्येक वेळेसच जिंकू लागला तर ते कंटाळवाणं होईल. त्यात निश्चिती दिसेल. जुगारात खेळणाऱ्याला आपण केव्हा जिंकू हे निश्चित माहीत नसतं. अधूनमधून बक्षीस मिळेल या आशेवर तो

खेळत राहतो. दुसऱ्या शब्दांत सांगायचं, तर तुमचा मुलगा काही चांगलं करत असलेलं पहा. ते नेहमीच्या कामातलं का असेना किंवा नेहमीपेक्षा खास असं पहा. त्याबद्दल त्याचं कौतुक करा.

पूर्वी सांगितल्याप्रमाणे चांगली शिकवणूक द्यायची असेल तर तुम्ही कौतुक करत असलेली बाब निश्चितपणे ठरलेली हवी. 'आज तुझी खोली तू पूर्णपणे आवरलीस. हे चांगलं केलंस...' 'तुझा गृहपाठ वेळेवर केलास त्यामुळे मला खूप चांगलं वाटलं...' 'मी आरडाओरडा न करता तू होऊन सकाळी उठलास हे फार चांगलं झालं.' परंतु असं म्हणू नये या आठवड्यात तू मला कमी छळलंस. हे वाक्य उपयोगाचं नाही. ते नकारार्थी आहे. त्यात निश्चिती नाही. त्यातून तुमचा मुलगा बोध कसा घेऊ शकेल? प्रभावी बक्षीस हे त्वरित दिलं जातं. काही चांगलं दिसलं की त्याचं कौतुक करा. संध्याकाळपर्यंत वाट पाहू नका. तुम्हाला पुन्हा स्तुती करायची असली तरी चालेल; पण आत्ताची संधी दवडू नका. शिकण्याचा एक नियम आहे. मुलांनी काही चांगलं केलं की, त्याचं त्वरित कौतुक व्हायला हवं. मग ते पुन्हा पुन्हा घडत राहतं.

कौतुकांमध्ये सातत्य हवं. नाहीतर तुमच्याबद्दल मनास येईल तसे वागणारे म्हणून ओरड होईल. वशिलेबाजीचा आरोप होईल. एका मुलानं चांगलं काम केलं आहे. त्याच वेळी दुसऱ्या मुलाच्याही चांगल्या कामाची कदर व्हावयास हवी.

लोक नेहमी म्हणतात स्तुती चांगली नाही. कारण स्तुती करणाऱ्याच्या मनात तसं नसतं. त्यांना तुमच्यासाठी काही केल्याचं दाखवायचं असतं. असं आपण करत नाही याची खातरी करून घ्या. बक्षीस हे खरं बक्षीस म्हणूनच द्या. ते मनापासून दिलेलं हवं.

सकारात्मक टीका करा

सर्व टीका वाईट नसते. खरं पाहता त्याचीही आवश्यकता असते. मुलांना त्यामुळे वास्तव जगाची ओळख होते. परंतु, ही टीका त्याच्यामध्ये खरोखर सुधारणा व्हावी या इच्छेनं असल्याचं त्यांना कळलं पाहिजे.

उदा. 'दिलेल्या सूचना लक्षात ठेवण्याच्या बाबतीत तू एकदमच निष्काळजी आहेस.' हे उपयोगाचं नाही. यात बदल करायला हवा. कसा ते लक्षात येत नाही? जर मला ते सुचत नसेल तर माझा काय उपयोग. वरील वाक्यात असा बदल करू या. 'सूप करण्यासाठी बटाटे आणायला काल तू विसरलास. पुढच्या वेळी विसरू नये यासाठी काय करशील?'

बक्षीस व टीका यांचं प्रमाण ८:१ असं असावं असं म्हटलं जातं. मुलांवर

एका बाबतीत टीका करावयाची असेल तर त्यांच्या आठ चांगल्या गोष्टींचा उल्लेख करावयास हवा. एका वडिलांनी त्यांच्या वीस वर्षांच्या मुलाची एक चांगली बाजू आठ वर्षांत उल्लेखली नव्हती. त्या मुलाला संगीताची आवड होती. वडिलांनाही संगीत प्रिय होतं. दोघे मिळून पुढे संगीत महोत्सवास जाऊ लागले.

मतभेदही साजरे करा

विचार करणं हा स्पर्धात्मक खेळ नाही. तो एकजुटीनं करण्याचा कार्यक्रम आहे. मोअकँबे आणि वाइज, फ्रेंच आणि सौंडर्स व अनेक सुप्रसिद्ध व्यक्ती यांनी एकमेकांच्या कल्पना घेऊन काम केलंय. मतभेदही मोठेपणानं स्वीकारा. जात, रंग, लिंगभेद अशा विविधतेनं कल्पनांचा विस्तारच होत असतो. स्पर्धात्मक वातावरण तणाव निर्माण करते. चांगल्या विचारांना मागे खेचते. मुलांमधील चांगल्या-वाईट गोष्टी स्वतंत्रपणे दाखवाव्यात. आपण जेव्हा तुलना करतो तेव्हा विजेते व पराभूत दिसतात. प्रत्येक मुलामधील शक्तिस्थानांचं कौतुक करणं हे नेहमीच चांगलं.

भावनापूर्ण वातावरणात तुमच्या मुलाला शिकवा

भावनिक बुद्ध्यांकास फार मोठं महत्त्व आहे. नेहमीच्या बुद्धिमत्तेइतकंच ते महत्त्वाचं आहे. या दोहोंमुळेच यश प्राप्त होतं. भावनिक बुद्धिमत्तेचा वापर करण्यासाठी तुम्ही केव्हा भावनिक होता याची जाण ठेवा. तसेच इतर केव्हा भावनिक होतात हे ओळखा. कार्यप्रवृत्त करणे, मैत्री संबंध वाढविणे या बाबतीतही हे उपयुक्त आहे.

तुम्ही भावनिक शिक्षक म्हणून किती चांगले आहात हे अजमावण्यासाठी पुढील प्रश्नपत्रिका सोडवा. प्रामाणिक उत्तरे द्या.

तुमची भावनिक शिकवणूक कशी आहे?

१. मुलांना वाईट वाटण्यासारखे फारसे काही नसतेच.

खरे / खोटे / माहीत नाही

२. नियंत्रणात आहे तोवर तरुणांचा राग ठीक आहे.

खरे / खोटे / माहीत नाही

३. तुम्हाला मुलांबद्दल आस्था वाटावी म्हणून ती दुःखी असल्याचा अभिनय करतात.

खरे / खोटे / माहीत नाही

४. मूल रागावले तर त्याकडे दुर्लक्ष करावे.

खरे / खोटे / माहीत नाही

५. मुलं दु:खी असतील तर ती खरोखर तापदायी ठरतात.

खरे / खोटे / माहीत नाही

६. तणाव हा तुमच्या दृष्टीने चांगला आहे.

खरे / खोटे / माहीत नाही

७. मुलं दु:खी असतात तेव्हा साऱ्या जगाला सरळ करावं असं मला वाटतं.

खरे / खोटे / माहीत नाही

८. मुलांचे प्रश्न सोडविण्यासाठी मी त्यांना वेळ देत असतो.

खरे / खोटे / माहीत नाही

९. दु:खद गोष्टीसाठी माझ्याकडे वेळ नाही.

खरे / खोटे / माहीत नाही

१०. राग ही स्थिती मुलांसाठी धोकादायक आहे.

खरे / खोटे / माहीत नाही

११. मुलाच्या दु:खाकडे दुर्लक्ष केल्यास तो तुमच्यापासून दूर जाऊ लागतो. त्याचे तो पाहू लागतो.

खरे / खोटे / माहीत नाही

१२. प्रत्येकाला आयुष्यात तणाव हे असतातच

खरे / खोटे / माहीत नाही

१३. राग म्हणजे बहुतांशी हल्लाच होय.

खरे / खोटे / माहीत नाही

१४. भावना या खाजगीपणे कुटुंबातच राहायला हव्यात. त्या बाहेर जनतेपर्यंत जाऊ नयेत.

खरे / खोटे / माहीत नाही

१५. मुलगा काळजीत असल्याचे दिसताच त्याला मदत करण्यासाठी त्वरेने पुढे जायला हवे.

खरे / खोटे / माहीत नाही

१६. मुलाचे दु:ख दीर्घकाळ टिकणारे नसेल तर त्याच्याशी नीट वागण्यात माझी काहीच हरकत नाही.

खरे / खोटे / माहीत नाही

१७. संकटाला सामोरे जाण्यास मुलांना मदत करणे ही पालकांची भूमिका असावयास हवी.

खरे / खोटे / माहीत नाही

१८. अति भावनिक मुलांपेक्षा मला आनंदी मुलगा आवडेल.

खरे / खोटे / माहीत नाही

१९. मुले तणावाखाली असतील तर त्यांनी तसे दाखविणे चांगले.

खरे / खोटे / माहीत नाही

२०. मुलगा दु:खी असेल तर प्रश्न सोडविण्याची हीच खरी वेळ आहे.

खरे / खोटे / माहीत नाही

२१. दु:खातून बाहेर पडायला मी मुलांना त्वरेने मदत करतो. मग ते चांगल्या कामाकडे वळू शकतात.

खरे / खोटे / माहीत नाही

२२. मुलांच्या दु:खातून काही शिकण्यासारखे आहे असे मला वाटत नाही.

खरे / खोटे / माहीत नाही

२३. नकारात्मक विचारसरणीने लोक निराश राहतात.

खरे / खोटे / माहीत नाही

२४. माझ्या मते घसा साफ करण्याइतका राग हा नैसर्गिक आहे.

खरे / खोटे / माहीत नाही

२५. मुलगा रागावलेला असतो तेव्हा तो खूप दु:खी असतो.

खरे / खोटे / माहीत नाही

२६. मुलांच्या रागावर मी मर्यादा आणतो.

खरे / खोटे / माहीत नाही

२७. मुलाकडे आपले लक्ष जावे म्हणून तो तणावाखाली असल्याचे दाखवितो.

खरे / खोटे / माहीत नाही

२८. राग ही अशी भावना आहे की ती प्रकट व्हावी.

खरे / खोटे / माहीत नाही

२९. मुलांना रागाकडून आनंदाकडे आणण्याचा मी प्रयत्न करतो.

खरे / खोटे / माहीत नाही

३०. रागावणे म्हणजे वाफ बाहेर जाऊ देणे होय. दबाव कमी करणे होय.

खरे / खोटे / माहीत नाही

३१. मुलगा दु:खी असतो तेव्हा त्याच्या जवळ जाण्याची ती योग्य वेळ होय.

खरे / खोटे / माहीत नाही

३२. तणावात राहायला, खरे पाहता, मुलांकडे फारशी कारणेच नसतात.

खरे / खोटे / माहीत नाही

३३. मुलगा दु:खी असतो तेव्हा मी त्याचे कारण शोधण्यास त्याला मदत करतो.

खरे / खोटे / माहीत नाही

३४. मुलांना एकटे सोडाल तर ते चिंता करत बसतात.

खरे / खोटे / माहीत नाही

३५. मुलगा का दु:खी आहे हे पाहणे हे खरे महत्वाचे आहे.

खरे / खोटे / माहीत नाही

३६. मुलगा दु:खी असतो तेव्हा तो नकारात्मक वृत्तीचा असेल का याची मला काळजी वाटते.

खरे / खोटे / माहीत नाही

३७. दु:खापासून मी एक गोष्ट शिकलो. ती म्हणजे ते व्यक्त करावे.

खरे / खोटे / माहीत नाही

३८. दु:ख नाहीसे करायला काही करता येतं का याबाबत मी खातरीने काहीही सांगू शकत नाही.

खरे / खोटे / माहीत नाही

३९. मुलगा दु:खी असतो तेव्हा मी त्यांच्यासाठी काय करावे अशी त्याची अपेक्षा असते हे मला कळत नाही.

खरे / खोटे / माहीत नाही

४०. तणाव हा शब्द वापरून गुळगुळीत झालाय; एक कारण दाखवायला म्हणून लोक तो वापरतात.

खरे / खोटे / माहीत नाही

४१. रागापासून मी एक गोष्ट शिकलो. ती म्हणजे तो व्यक्त करावा.

खरे / खोटे / माहीत नाही

४२. मुलगा रागात असतो तेव्हा त्याच्या भावना समजावून घेण्याचा मी प्रयत्न करतो.

खरे / खोटे / माहीत नाही

४३. मुलगा रागात असतो तेव्हा त्याच्यासाठी मी काय करावे हेच मला कळत नाही.

खरे / खोटे / माहीत नाही

४४. मुलगा रागावलेला असतो तेव्हा त्याच्या मनात कोणते विचार चालू असतात हे मला जाणून घ्यावे वाटते.

खरे / खोटे / माहीत नाही

४५. मुलगा तणावाखाली व चिंतातुर असतो. याचा अर्थ त्याला परिस्थितीशी जुळवून घेता येत नाही.

खरे / खोटे / माहीत नाही

४६. मुलगा रागात असतो तेव्हा मी त्याच्याबद्दल काळजी करतो हे त्याला

सांगण्याचा प्रयत्न करतो.

खरे / खोटे / माहीत नाही

४७. मुलगा रागावलेला असतो तेव्हा मी त्याच्या जागी आहे असे समजून विचार करतो.

खरे / खोटे / माहीत नाही

४८. राग कशामुळे आला हे शोधण्यासाठी मुलाला मदत करणे महत्त्वाचे आहे.

खरे / खोटे / माहीत नाही

गुण

नकारात्मक – खालील विधानांना 'खरे' म्हटले असल्यास त्यांची बेरीज करा.

१, २, ७, ९, ११, १६, १८, २१, २२, २३, २९, ३२

अमान्य – पुढील विधानात 'खरे'ची बेरीज करा.

३, ४, ५, १०, १३, १४, २५, २६, २७, ३६, ४०, ४५

तटस्थ – पुढील विधानांत 'खरे'ची बेरीज करा.

६, १२, १९,२४, ३०, ३४, ३७, ३८, ३९, ४१, ४३, ४६

भावनिक शिक्षण – पुढील विधानांत 'खरे'ची बेरीज करा.

८, १५, १७, २०, २८, ३१, ३३, ३५, ४२, ४४, ४७, ४८

तुम्ही ४ किंवा अधिक वेळा 'माहीत नाही' असं म्हटलं असल्यास तुमच्यामध्ये व इतरांमध्ये भावनिक जागरूकता निर्माण करणं आवश्यक आहे असं समजा.

वरील ४ प्रकारच्या गुणांची तुलना करा. ज्या प्रकारामध्ये तुम्हाला अधिक गुण प्राप्त होतील त्या प्रकारचे तुम्ही पालक आहात.

नकारात्मक आणि अमान्य या पहिल्या दोन प्रकारांमध्ये शून्य गुण असतील तर ते सर्वोत्तम समजावे. भावनिक शिक्षणामध्ये सर्वाधिक गुण असणे चांगले, तटस्थमध्ये थोडे गुण असलेले चांगले.

नकारात्मक किंवा अमान्य या दृष्टीनं मुलांची अस्वस्थता किंवा राग याकडे पाहणं म्हणजे मुलाला त्याच्या भावना व्यक्त करण्यात कमीपणा वाटणं होय. आपली अस्वस्थता झाकण्यास प्रवृत्त करणं होय. या भावना इतक्या किरकोळ आहेत असं वाटून तुम्ही त्याची चेष्टाही करत असाल. वास्तविक पाहता या प्रबळ भावनांना तुम्ही कमी लेखत आहात. मुलं ही माणसंच असतात. फक्त ती लहान असतात.

तटस्थ प्रकारात जादा गुण असतील तर त्याचा अर्थ असा होतो की, भावना व्यक्त करणं चांगलं, पण त्याबद्दल तुम्ही काही करण्याची आवश्यकता तुम्हास

वाटत नाही. हे ठीक आहे पण यामध्ये तुम्ही संधी गमावत आहात. पालकत्व म्हणजे मुलाला कसं वाटतं याबद्दल बोलतं करणं, कारणं शोधणं; भावनांना योग्य दिशा देणं होय.

भावनिक शिक्षणात अधिक गुण प्राप्त झालेत का? अभिनंदन! तुम्हाला चांगले शिक्षक व्हावयाचे असेल तर अनेक भावभावनांशी समरस व्हावे लागते. रागापेक्षा दु:ख किंवा चिंता बरी किंवा दु:खापेक्षा राग ठीक. एक लक्षात घ्या चांगल्या किंवा वाईट अशा भावना नसतात. त्या केवळ भावना असतात. तेव्हा सर्व भावानांकडे तटस्थेनं पाहायला शिका.

भावनांकडे योग्य तऱ्हेनं न पाहण्यानं होणारे परिणाम पॉल मार्टिनच्या 'द सिकनिंग माइंड' या पुस्तकात मांडले आहेत. राग हा दाबून ठेवला तर अल्सर व कॅन्सर होण्याची भीती असते; पण तुम्ही फार मोठ्यानं आरडाओरडा केलात तर हृदयविकाराचा त्रास होऊ शकतो. यासाठी मुलांनी त्यांच्या भावना ओळखून त्या योग्य मार्गानं व्यक्त कराव्यात. भावना व्यक्तच करावयाच्या असतील तर त्या स्वीकारल्या जातील असं वातावरण निर्माण करावं.

मुलाला प्रश्न समजण्यास मदत करणं, तो प्रश्न कसा सोडवावा हे समजणं, त्यासाठी दुसऱ्याची मदत येईपर्यंत वाट न पाहणं हे त्या मुलांस जमेल असं शिक्षण देणं हे खरं भावनिक शिक्षण होय. या शिक्षणामुळे जबाबदारीची जाणीव व स्वावलंबन भावना निर्माण व्हावयास हवी.

शिक्षकांनी पाळावयाची पथ्ये

- मुलांना कमी लेखणारी विशेषणं लावू नयेत. उदा. 'लहान बाळासारखं वागू नको.' किंवा 'ती फार गप्प राहते' किंवा 'तो फार आळशी आहे.' ही वाक्यं त्या मुलांच्या मनावर आयुष्यभर परिणाम करत असतात.
- टोमणे मारणं, उदा. 'तू आता अगदी पहिल्या क्रमाकांवर येणार, नाही का?' वास्तविक मुलगा शिक्षणात धडपड करतोय; पण त्याची मानहानी केली गेलीय. त्यामुळे त्याच्यावरील तणाव वाढतील. शिकणं कमी होईल.
- मुलांना विशिष्ट कलेत तरबेज करण्यात खरं शिक्षण आहे.
- चिडवणे व फजिती उडवणे हा प्रकार मुलांच्या बाबतीत करणं वाईट आहे. त्यांना अस्वस्थ करणं, किरकोळ व हास्यास्पद आहे असं म्हणणं हे चुकीचं आहे. प्रेरणा देणं या विषयावर मी एका परिषदेत बोलत होते. प्रेरणा देण्यासाठी आपण काय केलंय व मागे खेचण्यासाठी काय केलंय हे सांगत होते. एका सहभागी प्रतिनिधीनं तिचा अनुभव सांगितला. एक दांडगा

माणूस तिला रेस्टॉरंटमध्ये भेटला. तो भांडू लागला. तो तिचा पूर्वीचा विद्यार्थी होता. एके दिवशी तिनं वर्गात सर्वांदेखत त्याची बॅग उचलली आणि त्याच्या गरिबीची चेष्टा केली. त्याला दरिद्री म्हणाली. त्याची घरची परिस्थिती बेताचीच होती. जादा खर्च करणं शक्य नव्हतं. तेव्हा त्याला ते फारच अपमानास्पद वाटलं होतं. त्यातून बाहेर पडायला त्याला फार वेळ लागला होता. ह्या खजील झाल्या. त्यांना या परिणामाची कल्पना नव्हती.

खूप टीका करणं टाळा. त्यामुळे काळजी वाढते, विश्वास कमी होतो. धीटपणा नाहीसा होतो.

शिक्षक म्हणून करावयाच्या गोष्टी

- ✦ विशिष्ट गोष्ट सांगा. उदा. 'तू स्वत:हून मदत करण्यास पुढे आलास हे फार चांगलं झालं.' विशिष्ट कार्यासाठी पुरस्कार दिला तर पुन्हा चांगलं काम केलं जाण्याची शक्यता असते.
- ✦ तुमच्या नाही; त्यांच्या पर्यायांवर चर्चा करा. खूप शिकलेले पालकही मुलांवर त्यांचे प्रश्न लादतात. यांची चिन्हं म्हणजे 'तू असं करायला हवंस...' 'मी जर तुझ्या जागी असतो...'

  त्याऐवजी त्यांचं नीट ऐकून घ्या. कोणते पर्याय उपयोगी पडतील ते विचारा. त्यांच्या म्हणण्याचा मान राखा.
- ✦ पर्याय द्या. माझ्या मैत्रिणीनं तिच्या विद्यार्थ्यांना कपडे कोणत्या रंगाचे घालावेत, खाद्यपदार्थ कोणते आणावेत याबाबत पूर्ण स्वातंत्र्य दिलं होतं. त्यामुळे काही वेळा मजेशीर रंगसंगती वर्गामध्ये दिसून आली. पण त्यांची कोण पर्वा करेल? विद्यार्थी आवडीनं शिकू लागले. त्यांच्या आवडीनिवडीप्रमाणे नव्या कल्पना मांडू लागले. यासाठी मोठ्या माणसांनी पर्याय द्यावेत. त्यांच्यावर बंधनं लादू नयेत.
- ✦ प्रामाणिक रहा. काही पालक सांगतात, 'मी सांगतो ते करा. मी करतो तसं करू नका.' या तत्त्वाइतकी वाईट गोष्ट असणार नाही. तुम्ही मोठ्यांचं ऐकलं नसेल तर मुलगाही तुमचं ऐकणार नाही. मुलांना हे कळत असतं. आपलं वागणं विश्वासाचं हवं.
- ✦ शांत रहा. तुम्ही भावनिक शिक्षण देत असाल तर वेळ लागेल. त्यासाठी चिकाटी ठेवा. धावपळ किंवा ताणतणाव उपयोगाचे नाहीत. तुमचं काम करण्यास केवळ १० मिनिटं हवी असतील; पण त्या वेळात इतर कामांची लुडबुड नको.

केव्हा शिकवू नये

तुमच्या मुलानं गंभीर गुन्हा केला असेल तर त्याला शिक्षा करणंच योग्य. तेव्हा शिकवत बसू नये.

पुन्हा वाईट कृत्य होऊ नये हे सांगताना पुढे शिक्षणाचा भाग येईल.

तुम्ही दमलेले किंवा अस्वस्थ असाल तर शिकवण्यासाठी वेगळी वेळ निवडा. अशा वेळी तुम्ही तुमच्या मुलाला एकाग्रतेनं शिकवू शकणार नाही. तुम्ही तणावाखाली असाल किंवा सारा दिवस फार वाईट गेलेला असेल तर तुमचं शिकवणं अधिकारवाणीत बोलल्याचं होईल. ते आवडीनं शिकवलेलं नसेल. तुम्ही अधिकांश वेळ तणावाखाली असाल तर तुमच्या कार्यपद्धतीत बदल करणं इष्ट राहील.

कामाखाली दबलेल्या वडिलांसाठी

माझ्या पुस्तकांसाठी मी मुख्य कार्यपालकांची मुलाखत घेत होते. त्यांच्या मुलांनी सांगितलं की, गेल्या वेळी वडिलांसमवेत त्याला वेळ मिळाला तो आठ मिनिटं होता. त्यातील सहा मिनिटं त्यांची झोपेत गेली! मुलांच्या वाढत्या वयात ते त्यांच्याजवळ नसतील तर वडिलांना हा मोठा प्रश्न असतो. ते त्यांच्याच घरात त्रयस्थ बनतात. ते एकाकी पडतात. भरपूर काम असतं. ते पूर्ण न झाल्यास काम जाण्याची भीती असते. त्यामुळे त्यांना जादा काम करावं लागतं.

ज्या वडिलांकडे कमी वेळ आहे त्यांच्यासाठी पुढे काही गोष्टी सांगितल्या आहेत.

रात्री घरी रहा

कामाचा व्याप, कामाचे दूरवरचे ठिकाण यामुळे कामासाठी बराच वेळ जाऊ शकतो. तरीही रात्री घरी आले पाहिजे. त्या वेळी प्रिय जनांशी तुम्ही मोकळेपणाने बोलू शकता. निर्मितीक्षम राहू शकता. ही एक मोठी संधी असते. त्या वेळी संभाषणाचा, वागण्याचा दर्जा काय आहे यावर सारं अवलंबून असतं. किती बोलतो याला महत्त्व कमी असतं.

मी सादरीकरण या विषयावर वर्ग घेत होते. एका वडिलांना व्यवसाय सोडून एखाद्या विषयावर बोलण्यास सांगितलं होतं. त्यांनी त्यांच्या मुलांच्या पहिल्या पुस्तकांवर बोलण्याचं ठरवलं. त्याचं कारण सांगताना ते म्हणाले की, हा विषय माझ्या दृष्टीनं अतिशय महत्त्वाचा आहे. तो मुलाला आयुष्यभराच्या साहित्यातील आनंद देईल. किंवा एक वेगळंच वळण देईल. मुलांबद्दल बोलताना त्यांना एका कल्पनारम्य जीवनात जाता आलं. त्यातील कंटाळवाणा भाग वगळून श्रोत्यांना

खळबळजनक आनंददायी भाग सांगता आला. यामुळे तुम्हाला छान वाटेल. व्यस्त कामातून विरंगुळा मिळाला वाटेल.

आठवड्यातील एक संध्याकाळ घरी घालवा

सतत कामात राहण्याची एक सवयच लागते. माझ्याकडून भरपूर काम व्हायलाच हवे अशी मनाची धारणा होते. कामामुळे तुम्हाला मोकळा वेळ मिळत नाही. विचार करायला वा आराम करायलाही वेळ मिळत नाही. त्यामुळे कामावर परिणाम होतो. मद्यपी माणसांसारखं होतं. त्याला आपलं चांगलं चाललंय असं वाटत असतं; परंतु विश्रांती न मिळाल्यानं तुमचं निश्चितच बर चाललेलं नसतं. आपली भेट झालेली नसली तरी मला हे माहीत आहे.

यासाठी एक सायंकाळ ही घरच्यांसमवेत व्यतीत करा. त्या वेळी काम नको, फोन नको, ई-मेल नको. मस्त मजेत रहा!

आठवड्यातील एका सकाळी ब्रेकफास्ट तयार करा

मुलांची अपेक्षा असते, की आपले आईवडील आपल्यासाठी काही करत असावेत. त्यांच्यासाठी घरातील आठवड्यातील एक वेळचा ब्रेकफास्ट तयार करा. ही त्यांच्यासाठी तुम्ही करत असलेले काम दाखवण्याची संधी आहे.

साप्ताहिक सुटी कार्यक्रमात कुटुंबासह सहभागी व्हा

टॅक्सीत फिरवून आणल्यासारखं काही पालक सुटीत मुलांबरोबर एक फेरी मारून येतात. त्याऐवजी त्यांच्यात हास्य-विनोद करत मजेत वेळ घालवा.

वडिलांच्या दृष्टिकोनातून मुलांना शिकवा

मुलांना जवळ करणारे आई आणि न करणारे वडील असे दोन विचारांचे लोक असतात. वडिलांचाही मनोमन असा सहभाग असला तर मुलं खूश होतात.

खट्याळ मुलांशी वागणं

तुमचा आत्मविश्वास पुरेसा आहे ना हे तपासण्याचं मोजमाप म्हणजे खट्याळ मुलांशी तुम्ही नीट वागू शकता ना हे पाहणं. ते पाहताना गाफील राहू नका. तो दोन शक्तींमधील लढा आहे. त्यात तुम्ही जिंकलं पाहिजे. ते शक्य होण्यात तुमचं कसब आहे.

मुलांच्या वर्तनात बदल घडविण्यासाठी बक्षिसाचं वेळापत्रक ठरवा. दोन ते तीन आठवड्यांत अतिशय व्रात्य मूलही मार्गावर येईल. त्यांचे काही टप्पे पुढीलप्रमाणे

- **प्रवृत्त करणं** – आव्हानात्मक मुलाला प्रवृत्त व्हायला काय आवडतं ते पहा : टीव्ही कार्यक्रम, त्यांच्याबरोबर सायकलवरून जाणं, रविवारी सिनेमा पाहायला जाणं... त्यांना बदलेल असं काय काय आहे त्याची यादी करा.
- **अपेक्षित वागणूक** – ते कसे वागलेले तुम्हाला आवडेल याची एक यादी करा. उदा. शयनगृह आवरणे, दात घासणे, बश्या धुणे, वर्गात इतरांशी प्रेमाने वागणे, इतरांना मदत करणे, मारामारी न करणे.
- **गुणांकन पद्धती तयार करा** – एक तक्ता तयार करा. त्यात आठवड्याचे दिवस एका रांगेत मांडा. त्या त्या दिवशी वरील यादीतील चांगलं काम केलं की, सुवर्णतारा दाखवा. वाईट वागल्यास काळा ठिपका. सुवर्णतारा वाढत गेल्यास काय काय मिळणार ते दाखवा. उदा. टीव्ही कार्यक्रम, २ दिवस सुवर्णतारा असल्यास सायकल फेरी, सातही दिवस चांगले वागल्यास सिनेमा सहल.
- **बक्षिसाचं यश** – मुलगा नीट वागत नसेल तर सहजतेनं आपण टीका करतो, शिक्षा करतो. त्याची सवय लागते. बक्षीस-कार्यक्रम मात्र त्यात बदल करतो. सकारात्मक परिणाम घडवतो; परंतु मुलांच्या वागण्यात प्रगती नसेल तर बक्षिसंही नाहीत. धीर सोडू नका. प्रयत्नात सातत्य ठेवा. दोघांनीही सकारात्मक प्रवृत्ती दाखवत रहा. मग एकमेकांना दोष देत राहणार नाही. मला खातरी आहे, तुमचं मूल पुस्तकांतील प्रत्येक गोष्ट करण्याचा प्रयत्न करील.

मी एका मुलाला शिकवत होते. आई-वडिलांना ते मूल आव्हानात्मक होतं. बाजारात गेल्यावर त्याला मिठाई विकत घेऊन देईपर्यंत ते मूल दुकानाच्या बाहेरील कठड्यावर डोकं आपटत बसायचं. मजा म्हणून वर्गातल्या लहान मुलींना तो मारायचा. त्याच्यापुढे बक्षिसाचा तक्ता लावल्यावर त्यानं काळे ठिपकेच पळवून नेले. म्हणजे मग फक्त सोनेरी चांदण्याच राहणार! पण आम्हाला तो या योजनेत आलाय यातच समाधान वाटलं. सुवर्ण तारांकन घेण्यास तो तीन आठवड्यांत पात्र झाला.

यामध्ये कधीही स्वत:चा तोल जाऊ देऊ नका. रागावू नका. तो तुम्हाला आणि मुलाला फारच हानिकारक ठरतो. मग प्रगती नाही; तर बक्षिसंही नाहीत.

मुलं पात्र असोत वा नसोत पालक नेहमीच मुलांना भरभरून देतात – नेहमीची वाईट कल्पना. मुलांना त्यांचा वरखर्च हा कमाई करून मिळवू देत. त्यांना खोली आवरू दे, ब्रेकफास्ट तयार करू दे, भांडी धुऊ दे. त्यांना पैशांचं महत्त्व कळू देत. कष्टाशिवाय पैसा नाही हे समजू दे.

कष्ट आणि फळ यांतील नातं त्यांना लवकरात लवकर कळू देत.

विशीतलं वय

या वयात शरीरातील ग्रंथींची वाढ व पालकत्व हे सारख्या प्रमाणात उफाळून येत असतं. परंतु ते असं प्रकट व्हायला नको. त्याबाबतही आत्मविश्वास प्रकट करण्याच्या युक्तीच्या गोष्टी आहेत. त्याद्वारे तुम्हाला वाढीबरोबर आनंदानं राहता येईल.

- ✦ युवक-पालक असा त्यांना मान द्या. अशा वेळी ऐकणं हे इतर वेळांपेक्षा अधिक महत्त्वाचं असतं. त्यांचे निरनिराळे प्रयोग करत वापरलेले पोशाख, विचार, स्नानगृहात जादा वेळ बसणं याकडे दुर्लक्ष करा.
- ✦ त्यांना एकांत मिळू द्या. त्यांचं शयनगृह अस्ताव्यस्त पसरलेलं असेल तर दार लावून घ्या.
- ✦ स्वतंत्रपणे निर्णय घेण्यास प्रोत्साहन द्या. वीस वर्षांच्या तरुणावर तुमची इच्छा लादण्याचा प्रयत्न करणे म्हणजे संकटास आमंत्रण देणं होय. स्वातंत्र्याचा पुरस्कार करणाऱ्या कुटुंबाना मात्र विशीतल्या मुलांकडे दुर्लक्ष करता आलं नाही. विशीतले युवक स्वातंत्र्य अनुभवत असतात.
- ✦ समाजामध्ये ते समरस झालेले असावेत. मित्र, पालक, माजी पाळणागृह प्रमुख, सर्व वयाचे नातेवाईक हे सल्लागार या नात्यानं काम करू शकतात. त्यामुळे मुलांना तुमच्यावर अवलंबून राहावं लागणार नाही.
- ✦ मुलांना वेगळं होऊ दे. तुम्हाला आवडो वा नावडो ते एक दिवस घर सोडून बाहेर राहणार. हे लक्षात घेऊन तुम्ही तुमच्या आयुष्याची आखणी करा. मुलांवर तुम्हाला अवलंबून राहण्याची वेळ येता कामा नये. हे केलं नाही तर त्यांच्या दबावाखाली राहावं लागेल.

विभक्त राहणे, घटस्फोट यांबाबत मार्ग काढणे

आपणास माहीतच आहे की, बरीच लग्नं अयशस्वी होतात. घटस्फोटित लोकांची संख्या वाढतेय. मुलांना प्रेमाला पारखं व्हावं लागतंय. अशी परिस्थिती असल्यास काय करावं?

जेव्हा विवाह असफल होतो...

- ✦ मुलांचा ढाल म्हणून वापर करू नका. त्यांना आपली बाजू घेण्यास भाग पाडू नका.

- ✦ आधीच्या सहयोगी व्यक्तीचं नाव उच्चारू नका.
- ✦ मुलांशी प्रामाणिक रहा. घटस्फोटाच्या स्थितीची त्यांना माहिती देत रहा.
- ✦ भांडणं कशामुळे होत आहेत याबद्दल बोला. ते एक प्रकारचं भावनिक प्रशिक्षण होय.
- ✦ इतर मोठ्या माणसांकडून त्यांना अधिक साहाय्य करा.
- ✦ मुलांच्या जीवनाशी समरस व्हा. तुम्ही आता त्यांच्याबरोबर राहत नसाल तरीही जवळीक ठेवा.

एकटे पालक

एकटे वडील किंवा आई असल्यास फार आव्हानात्मक स्थिती होते. त्यामुळे मी माझा मित्र डेव्हिड याचा या विषयात सल्ला घेतला.

त्याला चार वर्षांचा मुलगा व आठ वर्षांची मुलगी होती. अठरा वर्षांचं वैवाहिक जीवन संपुष्टात आलं होतं. त्यांची माजी पत्नी क्लेअर तिच्या मित्राबरोबर घरी आल्यानं भांडण झालं होतं. मुलांचा ताबा कोणाकडे असावा याबाबत वाद नव्हते. त्याबाबत चर्चाही झाली नव्हती. त्यावर तो नेहमी एक विनोद करायचा. तो म्हणजे, मुलांबाबत वाद घातला नाही ही तिनं केलेली मेहेरबानी होती!

गेल्या काही वर्षांत बऱ्याच लोकांनी त्याला विचारलं की, एक स्त्री मुलांना सोडायला कशी काय तयार होते हे अगम्य कोडं आहे. त्यावर तो उत्तर देई, "एखादे वडीलसुद्धा मुलांना सोडायला कसे काय तयार होतात!" शाळेतील मुलं आणि त्यांचे पालक हा प्रश्न त्याच्या मुलांना नेहमी विचारीत. त्यांना त्यात अनपेक्षित असं काही वाटत नसे. त्याला हे नेहमीच असंच वाटे. मुलांना वाढवताना एका पालकाला किंवा दोघांनाही नेहमीच असणं हे मात्र फार अवघड वाटे.

त्याची खूप कामे असत. त्याला कोणाच्यातरी मदतीची गरज होती. तरच आठवडा सुरळीतपणे पार पडणार होता. साप्ताहिक सुटीत तो घरात मुलासमवेत आनंदानं वेळ घालवी. तो मुलं स्वतंत्र, स्वत:च्या पायावर उभी राहणारी स्वयंप्रेरित, जबाबदार, कर्तृत्ववान व्हावी यासाठी प्रयत्न करे. आईची उणीव मुलांना भासू नये यासाठी प्रयत्न करी. 'पेरावे तसे उगवते,' हे मुलांना लागू होते अशी त्याची ठाम समजूत होती. त्यांनं याबाबतीत वागण्याचे दहा धडे दिलेत –

चांगले एकटे पालक होण्यासाठीच्या दहा गोष्टी

१. तुम्हाला एकटं वाटतंय, कठीण जातंय तर मग मन मोकळं करा. प्रामाणिकपणानं बोला.

२. मुलांना एकाकी वाटत असल्यास त्यांच्याशी मायेनं वागा. त्यांची काळजी घ्या.
३. ते वाढू लागताना त्यांचा भावनापूर्वक, विचारपूर्वक सांभाळ करा
४. त्यांच्या बरोबर रहा.
५. त्यांच्या सुखदु:खात सहभागी व्हा. त्यांना अपयशाचाही सामना करावा लागेल.
६. खंबीर राहतानाच आनंदायी रहा. मुलं आव्हानात्मक स्थितीतून जात असतील. त्यांच्यावर पडणाऱ्या ओझ्याची जाणीव ठेवा.
७. एकनिष्ठता याबाबतीत त्यांना प्रश्न पडत असतील. त्यांचं ध्यानपूर्वक ऐकून घ्या.
८. त्यांच्या बोलण्यात रस घ्या. तुमचं वागणं चांगलं ठेवा.
९. एक आदर्श व्यक्ती बना.
१०. मुलांना पालक हवी म्हणून लगेच दुसरा विवाह करण्याच्या मोहापासून दूर रहा.

दहा सेकंदात आत्मविश्वासप्राप्तीच्या युक्त्या

- पालकांवर तुमचं प्रेम आहे हे त्यांना महिन्यातून एकदातरी सांगा.
- विरोधाच्या वेळी स्वत:ला सूचना द्या – 'मी खास आहे.'
- मुलांना विरोधास तोंड देण्यास धैर्य प्राप्त होण्यासाठी त्यांना ते खास आहेत याची जाणीव करून द्या. तुमचं त्यांच्यावर प्रेम आहे हे दाखवा.
- मुलगा सहकार्य करत नसेल तर त्याला सांगा. 'मी तुझ्यावर प्रेम करतो, परंतु तुझं वागणं मला पसंत नाही.'
- तुम्हाला विचार आवडो वा ना आवडो, तुम्ही त्यांचे आदर्श आहात. त्यांच्यावर ओरडण्यापूर्वी मनात आणा – आपल्या लहानपणी आपण असेच होतो.
- शेवटची महत्त्वाची गोष्ट म्हणजे वर उल्लेखलेल्या सर्व गोष्टी मुलांशी बोला. मग तुम्ही आता जितके खंबीर बनला आहात तेवढे ते आत्मविश्वासपूर्वक वागणारे होतील.

४

आत्मविश्वास आणि मैत्री

आत्मविश्वास आणि मैत्री यांचं नातं अतूट आहे. जीवनाच्या प्रत्येक टप्प्यावर मैत्रीची आवश्यकता असते. काम, मोकळा वेळ, जवळीक साधणं या प्रत्येक गोष्टीत मैत्री हवी. नव्या लोकांना भेटा. त्या भेटीचं रूपांतर मैत्रीत करा. मग तुम्हाला एकाकी वाटणार नाही. यापेक्षाही पुढची गोष्ट म्हणजे लोक इतरांना विकत घेतात. याचा अर्थ असा की, खरेदी-विक्री व्यवहारात तुम्हाला जे आवडत असेल ते तुम्ही प्राप्त करत असता. या प्रकरणात मित्र कसे मिळवायचे व टिकवायचे हे सांगितलंय. वादावादीतून मार्ग काढणं, द्वेषभावना कमी करणं, मित्रत्व नाहीसं होत असताना काय करावं हे इथं सांगितलंय.

मित्रांच्या मोठ्या समूहात कसं सहभागी व्हायचं हेही इथं सांगितलंय. त्याचे लाभ पुढीलप्रमाणे –

- ✦ विविध क्षेत्रात आवड असणाऱ्यांच्या संपन्न व्यक्तिमत्त्वासमवेत राहणं.
- ✦ जवळचे एक-दोन मित्र दूर गावी गेले तर ती पोकळी भरून काढण्याची तरतूद.
- ✦ मित्रांचं एक जाळंच तयार करायचं. म्हणजे आपापसात मित्र भेटत राहतील.
- ✦ संकटकाळात एकमेकांना मदत करणारा गट स्थापन करणं.
- ✦ आयुष्यातील दुःखाबाबत बोलायला अनेक मित्र असले की, दुःखही कमी होतं.

पुढील मार्गक्रमण करण्यापूर्वी पुढे दिलेले प्रश्न सोडवा. त्यामुळे तुमची सध्याची मित्र-प्राप्तीसाठीची आत्मविश्वासाची पातळी समजेल. सध्याच्या मित्रांशी कसं वागता ते समजेल.

मैत्री तपासून पहा

१. मला सहजतेनं मित्र मिळतात का?

२. मला जेव्हा प्रथमच एखादा भेटतो तेव्हा त्याच्याशी मैत्री कशी करायची

याचा मी विचार करतो का?

३. माझं मित्रमंडळ छोटं आहे का मोठं?
४. माझे सारे मित्र हे शाळेतले मित्र आहेत का? असल्यास का?
५. माझे सर्व मित्र कार्यालयातील आहेत का? असल्यास का?
६. मैत्री टिकवायला मी खूप परिश्रम घेतो का? पत्र पाठवणं, ई-मेल-दूरध्वनीवरून जवळच्यांशी बोलणे इ.
७. बरीच वर्षं माझा मित्रांशी संपर्क नाही का? तसे असल्यास का?
८. पुरुष, स्त्री या दोन्ही प्रकारचे माझे मित्र आहेत का? नसल्यास का नाही?
९. मला माझे सर्व मित्र आवडतात का? ते नेहमी जवळपास असतात म्हणून त्यांना मित्र म्हणून स्वीकारले आहे का?
१०. संकटकाळात माझे मित्र माझ्या मदतीस धावून येतील याची खातरी आहे का?
११. मी जवळच्या मित्रांना काही खाजगीत सांगितलं तर ते गुप्त राहील का?
१२. मी माझ्या मित्रांचा हेवा करतो का? मी ते कसे दाखवतो?
१३. माझे मित्र माझा हेवा करतात का?
१४. माझ्या मनाविरुद्ध गोष्ट करणाऱ्या मित्रावर मी चिडतो का?
१५. माझ्या मित्रांना मी खरंच आवडतो असं वाटतं का?

उत्तरांचं मूल्यांकन करा

प्रश्न क्र.१ ते ५

तुमची मैत्री किती आणि कशी आहे हे तपासणारा हा विभाग आहे. प्रश्न क्र. १ला उत्तर नकारार्थी असेल तर मैत्री कशी करावी हा धडा तुम्ही वाचणं आवश्यक आहे. दुसऱ्या प्रश्नाचंही उत्तर नाही असेल तर बरीचशी जवळीक साधूनही मित्र मिळाले नाहीत ही स्थिती दिसते. मग पहिल्या मीटिंगच्या यशासाठी पाठपुरावा करावा लागणार. मैत्रीमध्ये तुम्ही किती मिसळून जाता व दूर राहता हे प्रश्न क्र. ३ ते ५च्या उत्तरांवरून कळते. शाळेपासून असलेले मित्र, कामावर निर्माण झालेले मित्र व अन्य क्षेत्रातले नवे मित्र असे विविध पर्याय समोर उपलब्ध असले की आत्मविश्वास निर्माण होतो.

प्रश्न क्र. ६ ते ९

प्रश्न क्र. ६ला जर नाही असं उत्तर दिलं असेल तर तुम्हाला मित्र कमी आहेत असं समजा. भेटणं, संपर्क ठेवणं या मूलभूत गोष्टी करण्याची आवश्यकता आहे.

प्रश्न क्र. ७मध्ये सांगितल्याप्रमाणे तुमचा संपर्क कमी झाला असेल तर कामाची पद्धती बदला, तसा निश्चय करा. स्त्री-पुरुष या दोन्ही प्रकारचे मित्र नसतील तर प्रश्न क्र.८प्रमाणे तुम्ही तुम्हालाच प्रश्न विचारा की, या मर्यादा का घालून घेतल्या आहेत? बाह्य जगातील सर्व कामातून मित्र मिळवून कसर भरून काढा. प्रश्न क्र. ९मध्ये दर्शवल्याप्रमाणे आवडीच्या मित्राऐवजी जवळ असलेले म्हणून मित्र अशी स्थिती असल्यास परिस्थितीचा पुनर्विचार करा. कायमस्वरूपी मित्र असणं सुखद असतं, तसंच काही वेळा ते आपल्या प्रगतीवर मर्यादा आणतं. केवळ एखादा उद्देश ठेवून मैत्री करू नका.

प्रश्न क्र. १० ते १५

मैत्रीची गुणवत्ता ठरवणारा हा विभाग आहे. प्रश्न क्र. १०मध्ये दर्शवल्याप्रमाणे तुम्ही तुमच्या मैत्रीवर विसंबून राहू शकत नसाल तर अविश्वासाचं आव्हान स्वीकारायला हवं. तुम्ही काय पद्धतीची मैत्री करता हे पहा. नवे कोणते मित्र जोडता ते पहा. प्रश्न क्र. ११प्रमाणे मित्र विश्वास ठेवत नसतील तर पुनर्विचार करा. प्रश्न क्र. १२ व १३ला हो म्हणून उत्तर दिलं असेल तर द्वेषबुद्धीचा सामना करावा लागेल. आपला विश्वास, स्वत्व याकडे लक्ष द्या (प्रकरण १ पहा) प्रश्न क्र. १४ला नकारार्थी उत्तर दिलं असल्यास प्रभाव पाडण्याची, पुढे जाण्याची कौशल्यं, या प्रकरणात शिका. शेवटच्या प्रश्नाप्रमाणे तुम्ही तुमच्या मित्रांना खरंच आवडत नसाल तर तसं का घडतं हे मित्रांना विचारा. मग मित्रांच्या साहाय्यानं तुमच्यात व्यक्तिगत बदल करा किंवा तुमचं व्यक्तिमत्त्व मान्य होईल असे नवे मित्र मिळवा.

तुमचे मित्र कोण आहेत?

मैत्री म्हणजे काय याबाबत इतकी मतं आहेत की, मला ते पाहून आश्चर्यच वाटतं. काहींना मित्रच नसतात. फक्त कुटुंब असतं. काहींना एकच मित्र असतो. तोच आयुष्यभर पुरतो. काहींचा एक ठरावीक गट असतो. तर काही जण मैत्रीचे दरवाजे सताड उघडे ठेवतात. येईल त्याला मित्र करून घेण्याची त्यांची तयारी असते.

मी जेव्हा शिकवते तेव्हा आगगाडी प्रयोग – ट्रेन एक्सरसाइज – वापरते. प्रशिक्षणार्थींना एक आगगाडी व डबे काढायला सांगते. त्या आगगाडीवर ते त्यांना महत्त्वाच्या वाटणाऱ्या माणसांची चित्रं काढतात. तुम्हाला हा प्रयोग करून पाहण्यासाठी ए-फोर आकाराचा कागद घ्या.

आगगाडी प्रयोग

१. टेकड्यांची चित्रं काढा.
२. रेल्वेमार्ग काढा.
३. रेल्वेमार्गावर रेल्वे काढा.
४. रेल्वेमागे मालगाडीचे डबे काढा.
५. तुमच्या आयुष्यात आलेल्या महत्त्वाच्या व्यक्तींची नावं रेल्वे व डब्यावर काढा.

परिणाम

स्वत:ला पुढील प्रश्न विचारा.

- ✦ आपल्या आगगाडीत कोणकोण होते? कोणाला घ्यायचे आपण विसरलो?
- ✦ अगदी जवळचे घरातले फक्त आगगाडीत घेतले का? मित्र किंवा कार्यालयातले सहकारी त्यात घेतले का? एखादा गट घ्यायचे विसरलो तर तसं का झालं?
- ✦ रेल्वे इंजीन जवळच्या डब्यावर कोणाचे चित्र काढले?
- ✦ रेल्वे कोण चालवतंय?
- ✦ तुमची रेल्वे सरळ रांगेत जातेय का नागमोडी?

माझं या बाबतीत एक निरीक्षण आहे. तुम्ही जितके अधिक लोक रेल्वेमध्ये घेतले असतील तितका तुमचा मित्र गोतावळा मोठा असणार. तुम्ही अधिक आनंदात राहणार. गाडी चालविणारे तुम्ही असाल तर तुमच्या आयुष्यात नियंत्रण तुमच्या हाती आहे. तुमची दिशा तुम्ही ठरवणार. तुमची आगगाडी सरळ रांगेत नसेल व वळणे घेत असेल तर तुम्ही मित्रांमध्ये अधिक रमणारे आहात. या प्रयोगाची शास्त्रीय तपासणी झालेली नाही. तरीही चर्चेसाठी हा प्रयोग फारच उपयुक्त ठरतो. नुकताच मी हा प्रयोग 'सेलेब्रिटी बिग ब्रदर' स्पर्धेत कोण जिंकणार हे पाहण्यासाठी ब्रिटिश टीव्हीवर केला. बिग ब्रदर हाउसमध्ये जाण्यापूर्वी स्पर्धकांना आगगाडी प्रयोग करण्यास सांगितलं. मेलिंडा मेसेंजर आणि मार्क ह्योवेन हे जिंकण्याच्या शर्यतीत होते. मेलिंडाचे कुटुंबीय त्यांच्या आगगाडीवर काढलेले होते. ते गाडी चालवत होते. मार्कच्या गाडीत जादा लोक होते. आजीपासून ते मित्रापर्यंत सारे होते. परंतु मार्क गाडी चालवत नव्हता. या दाहोंपेक्षा इतर स्पर्धकांच्या गाड्या सरळ रेषेत होत्या. गोलाकार नव्हत्या. शेवटी ब्रिग ब्रदरची स्पर्धा अधिक लोकांनी मतं दिल्यामुळे मार्कने जिंकली. या चित्रावरून एक चित्तवेधक अंदाज वर्तवता आला होता.

अन्य प्रयोग

एकानं आगगाडीचं चित्र काढलं होतं. त्यातील आगगाडी लहान होती. आई-वडील गाडी चालवत होते. तो स्वत: शेवटच्या डब्यात बसला होता. वयाच्या तिसाव्या वर्षी तो आई-वडिलांवर अवलंबून होता. त्याने त्याच्या मित्रांना घरी येऊ दिले नाही. हे सर्व त्याच्या चित्रामध्येही दिसून येत होतं. प्रत्यक्षात तो घाबरलेला व निराशेनं ग्रासलेला होता. त्याचे कपडेही जरा त्याला निराश बनवणारेच होते. त्यानं अगदी लहान व्ही आकाराचा गळा असलेला करड्या रंगाचा स्वेटर घातला होता. सध्याच्या या जीवनातून त्याला बाहेर काढून मुक्त वातावरणात आणण्याची गरज होती. त्याला काही मित्र असण्याची आवश्यकता होती.

एका महिलेनं काढलेल्या चित्रात तिच्या कुटुंबातील सोडून कोणीही नव्हतं. तिची मुलगी गाडी चालवत होती. यावरून लक्षात येत होतं – मुलीचा घरावर ताबा होता. तिला मित्र वगैरे कोणी नव्हतं.

या व अशा अनेक उदाहरणांवरून ध्यानात येतं की, त्यांना मित्र नव्हते किंवा मिळवता येत नव्हते. त्यांचा सर्व वेळ कुटुंबानं खाल्ला होता. लोकांच्यात मिसळण्याची त्यांची शक्ती खलास केली होती.

मानसशास्त्रज्ञ, व्यवसायातील माझे सहकारी सांगतात की, तुम्हाला चार विभागातले मित्र हवेत. मग तुमचं आयुष्य आनंदी राहील.

जीवनातील चार विभाग

व्यक्तिगत
कौटुंबिक
समाज
कार्यालय/कामाचे ठिकाण

यामुळे विमा पॉलिसीसारखं काम होतं. एखाद्या विभागात काही विपरीत घडलं तर दुसऱ्या विभागाचा आधार मिळतो. मी वर उदाहरणात व्यक्त केलेला तरुण मुलगा हा त्याच्या पालकांना जर काही बरं-वाईट झालं असतं तर उघड्यावर पडला असता. हे एक समजू शकतं. पण त्याचं दु:ख हे पूर्वीपेक्षा अधिक झालं असतं. कारण आता त्याला उभारी घ्यायला कोणतंही साहाय्य उपलब्ध नाही. आपण कितीही स्वतंत्र असलो तरी आपल्याला माणसांच्या सहवासाची आवश्यकता असते.

माझ्या काही ग्राहकांनी आगगाडीची चित्रं काढली. त्यात भरपूर माणसं चितारली, परंतु त्यांच्या कामावरील एकही सहकारी त्यात नव्हता. याचा अर्थ असा का की

कामावरील मैत्री फारशी महत्त्वाची वाटली नाही? यावर ते खुलासा करत – खरी मैत्री आणि कार्यालयात जवळ काम करणारी माणसं यात फरक असतो. जणूकाही कामावरील माणसांसमवेत सक्तीनं राहावं लागतं. ती आवडत नसली तरी त्यातली जरा चांगली शोधावी लागते. मग त्यातले मित्र मिळवत, पण तरीही असे मित्र आणि खरे मित्र यात फरक हा राहतोच.

मैत्रीचा हा मर्यादित अर्थ असा विचार करणाऱ्यांच्या मैत्रीवर मर्यादा आणतो. उदा. त्यांना कार्यालयातील मेजवान्यांना जावं वाटत नाही. कार्यालयातील प्रमुखांना भेटण्याची, त्यांच्याशी जवळीक साधण्याची अशी संधी घ्यावी वाटत नाही. त्याचा परिणाम म्हणून त्यांना बढतीसाठी विचारात घेतलं जात नाही. हे लोक जवळपास राहिले तरी कालांतराने दूरच राहतात. यासाठी सर्व मित्रांना बोलवा. त्या सर्वांशी जवळीक साधा. होणारी मैत्री आयुष्यभर पुरेल.

किंबर्ले या सहा वर्षांच्या मुलीनं तिच्या आई-वडिलांसमवेत बैठक घेण्याची इच्छा प्रदर्शित केली. ही दोन वर्षांपूर्वीची गोष्ट आहे. ते स्वयंपाकघरात जमले. तिच्यासाठी उकडलेलं अंडं कशा पद्धतीनं तयार केलं याबद्दल बोलणार असावी, असं त्यांना वाटलं. तिच्यासाठी उकडलेलं अंडं तिला आवडलं नसावं असं त्यांना वाटलं. ते फार कडक राहिलं असावं किंवा खूप मऊ पडलं असावं. तीन मिनिटं उकडलेल्या अंड्याची तिची इच्छा पुरी झाली नसावी असं त्यांना वाटलं. त्या वेळी ती लहान होती. त्यामुळे खूप अपेक्षा घेऊन ते बैठकीस आले; पण किंबर्लेला तिच्या येणाऱ्या वाढदिवसाच्या कार्यक्रमाबद्दल चर्चा करावयाची होती. तिने अशी विनंती केली की, वाढदिवसाच्या कार्यक्रमास येणाऱ्या आमंत्रितांनी येताना तिला अपरिचित असणारी एक-एक व्यक्ती आणावी. त्यामुळे मित्र-मैत्रिणींच्या मंडळात वाढ होईल. ही मागणी ऐकून पालकांना आनंदच झाला.

किती सुरेख कल्पना आहे. आपण आपल्या नेहमीच्या मित्रांत अडकून राहतो. आपलं मित्रमंडळ वाढवायचं असेल तर किंबर्लेच्या या आत्मविश्वास तत्त्वाचं पालन करा. छोटी मेजवानी आयोजित करा. तुम्हाला अपरिचित अशा मित्राला बरोबर आणण्याची विनंती तुमच्या मित्राला करा.

मैत्री-निर्मितीचे मानसशास्त्र

मानव हा समाजप्रिय प्राणी आहे. अन्य प्राण्यांमध्ये व आपल्यामध्ये जो फरक आहे, तो म्हणजे आपण बोलू शकतो. म्हणून मुळात ज्ञात असलेल्या शब्द नसलेल्या खाणाखुणा आपण विसरलेलो नाही. आपण जेव्हा लोकांपुढे येतो तेव्हा आपली प्राथमिक प्रतिक्रिया असते ती त्या व्यक्तीस भेटावं किंवा त्याला टाळावं.

त्याच्यावर विश्वास टाकून भेटण्याचं ठरवलं व आपण काही त्यास दर्शवलं तर आता त्याचा प्रतिसाद कसा येतो हे जाणायला आपण उत्सुक असतो. त्याच्या देहबोलीकडे आपलं लक्ष जातं. काही क्षणांतच हे घडतं. त्यासाठी मुद्दाम फारसं काही करावं लागत नाही.

सर्व काही ठीक झालं आणि त्याच्याकडून योग्य प्रतिसाद मिळाला तर आपण संवादाकडे वळतो. याबाबतीत अनेक महत्त्वाचे घटक आहेत.

आपल्यामध्ये असलेल्या समान आवडीच्या विषयावर आपलं बोलणं सुरू होतं. आपल्याला मान्य असलेल्या तत्त्वांबद्दल चर्चा होते. आपले अनुभव, माहिती ही सांगितल्यानं मैत्रीचा सेतू बांधला जातो. ही माहिती पुढे देत राहावं असं वाटत असेल तर मैत्री पुढे चालू राहील.

लोकांना भेटणं, त्यांच्याशी मैत्री जोडणं यासाठी अनेक प्रकारची कौशल्यं आहेत. मैत्री जोडण्याची काही आत्मविश्वास तत्त्वं आहेत. ती पुढीलप्रमाणे –

नवीन मित्र जोडण्यासाठी आत्मविश्वासाच्या गोष्टी

१) तुमच्या जवळच्या लोकांबद्दल आस्था दाखवा

आपण रोजच्या कामात इतके गुंतलेले असतो की, समोर बसून कोणी कॉफी प्यायली हेही ध्यानात येत नाही. समोर येणाऱ्या प्रत्येक वेटरलाही मित्र बनवा असं माझं टोकाचं म्हणणं नाही; परंतु लोकांशी बोलण्याची सवय ठेवा. मग मैत्री करणं सहज व नैसर्गिक होईल. दुसऱ्यामध्ये आस्था दाखवण्याच्या सवयीत रोजचं वागणं अधिक आल्हाददायी होतं.

मी एका विमानातील हवाईसुंदरीशी बोलत होते. ती सांगत होती की, काही लोक तिच्याशी फार कठोरपणे वागतात. अपमान करतात. काहीही मागितलेलं नसताना आपण त्यांना द्यावं अशी त्यांची अपेक्षा असते. ते लगेच आक्रमक बनतात. त्यांचं चुकलेलं असतानाही ते असे वागतात. आपण जितके तणावाखाली येतो, धावपळ करू लागतो तेवढे आपण दुसऱ्यासाठी कमी वेळ देऊ लागतो. हे आपलं वागणं बरोबर आहे का याचा विचार करा. आपल्याला कोठेही जाता आलं पाहिजे. आपल्यामध्ये आस्था दाखविणाऱ्या प्रत्येकाशी बोलता आलं पाहिजे.

२) लोकांना बोलतं करा

लोक त्यांच्याबद्दल जितके अधिक बोलतील तेवढी आपल्याला त्यांच्याबद्दलची माहिती प्राप्त होते. तुम्ही प्रश्न विचारा मग मार्ग मोकळा होईल. ते बोलू लागतील. मात्र, प्रश्न कशा पद्धतीचा विचारता हे महत्त्वाचं आहे. भावी प्रेमिक किंवा जोडीदार

हवा असल्यास खुलासेवार उत्तर येईल असा प्रश्न विचारा. हे आपण प्रकरण क्र. २मध्ये पाहिलं आहे. ती युक्ती येथेही उपयुक्त आहे. लोकांशी बोलायला सुरुवात करायची म्हणजे अग्निबाणाच्या शास्त्रासारखं नाही. त्याला तुम्ही फार हुशार, धूर्त, प्रभावशाली असावं लागतं असं नाही. त्यांना आवडेल असं काहीही विचारा.

बोलणं सुरू होण्यासाठी काही उपयुक्त प्रश्न

तुमच्या पुढ्यातील खाद्यपदार्थ काय सुरेख दिसतोय! त्याचं नाव काय?
तुम्हाला या कार्यक्रमाचं आमंत्रण कसं मिळालं?
या संमेलनातलं तुमच्या ओळखीचं कोण आहे?
हवा जरा खराब आहे, नाही?
तुम्हाला हे जॅकेट कुठे मिळालं? मला ते खूप आवडलं.
सुट्टीत तुम्ही कुठे जाणार आहात?

ही वाक्यं फारशी उपयोगी पडली नाहीत तरी काळजी करू नका. आपला संपर्क तर साधला गेलाय. महिलेचा परिचय करून घेताना पुरुष मंडळी गोंधळून जातात. अशा वेळी काय योग्य ठरतं हे त्यांना कळत नाही. आपण शांत आणि हुशार आहोत हे दाखविण्याचा दबाव त्यांच्यावर असतो. हा दबाव आणि प्रांजळ भावना यामुळे यशप्राप्ती होऊ शकते. याबाबतीत महत्त्वाचा साधा नियम म्हणजे दुसऱ्यास महत्त्व द्या. मग तुम्हास मित्रत्व-वृद्धीचं यश प्राप्त होणारच.

३) संवादाची बैठक निर्माण करा

तुमच्या संवादातून दुसऱ्याची प्रशंसा होत असेल, तर तुम्हाला मित्र मिळण्याची शक्यता अधिक आहे. उदाहरणार्थ, तुम्ही म्हणता 'तुमची चीनची सफर म्हणजे अगदी जोरदार झाली असेल नाही? आयुष्यभर स्मरणात राहील अशी माझी सहल म्हणजे दक्षिण आफ्रिकेची,' इथं तुम्ही स्वतःची आवड सांगण्यापूर्वी तुमच्या भावी मित्राच्या भावनांना अधिक महत्त्व देता. हे महत्त्व देणं जर त्यात नसेल तर संवाद निष्फळ ठरतात. समोरच्याकडून केवळ शांतता अनुभवायला मिळते. त्याचा अर्थ तुमच्या बोलण्याला समोरच्याची मान्यता नाही असा होतो. जेव्हा एकमेकांच्या बोलण्याला मान्यता प्राप्त होत नाही तेव्हा मैत्री साधणं कठीणच.

समोरच्यानं आपलंच ऐकावं अशी जेव्हा स्पर्धा निर्माण होते तेव्हा संवादात्मक बैठक तयार होत नाही. ऐकणाऱ्यानं फक्त माझ्या बोलण्यावरच प्रतिक्रिया द्यावी अशी भावना नसावी. मित्र जोडण्यामध्ये हा मोठा अडसर ठरू शकतो. समोरच्या

व्यक्तीचा परिचय व्हावा यासाठी त्याला बोलतं करणं हा आपला उद्देश असावा. आपला प्रभाव पाडण्याचा प्रयत्न करू नये.

संवादात्मक बैठक निर्माण करण्यासाठी काही उदाहरणे

किती मस्त सांगितलंत! असा माझ्या बाबतीतला एक अनुभव...

किती भयंकर परिस्थितीला तुम्हाला सामोरं जावं लागलं. इतका कठीण प्रसंग मी तरी कधी अनुभवला नाही.

तुमच्या मुलीबद्दल तुम्हाला खूप अभिमान वाटत असेल नाही? माझीही मुलगी मला खूप आवडते.

काय मस्त प्रसंग तुम्ही सांगितलात! माझ्या आयुष्यात घडलेला प्रसंग म्हणजे...

४) आवडीच्या समान गोष्टी शोधा

समोरच्या व्यक्तीचा परिचय करून घ्यायचा असेल तर समान अशा आवडीच्या गोष्टींबद्दल बोला. दोघांना आवडणाऱ्या तत्त्वाबद्दल विषय काढा. अशी माहिती बाहेर काढण्यासाठी काही प्रश्नांचा उपयोग करता येतो. अशी काही उदाहरणे पुढे दिली आहेत.

समान आवडीच्या गोष्टी जाणण्यासाठी काही प्रश्न

तुम्ही कोणाबरोबर प्रवास करत आहात?

तुम्ही कोणाला भेटायला जात आहात?

तुमच्या घरच्यांबद्दल मला अधिक माहिती द्या.

तुम्ही काय काय करता?

तुम्ही कोठे राहता?

या कामात तुम्हाला आनंद मिळतो का?

तुम्हाला कोणतं काम करायला आवडतं?

मोकळ्या वेळात तुम्ही काय करता?

त्या कामात तुम्ही स्वत:ला कसे सांभाळून घेता?

तुम्ही या कामासाठी किती वेळ देता?

तुम्ही कोणत्या शाळेत शिकलात?

शाळेनंतर तुम्ही काय केलंत?

तुम्हाला अद्ययावत माहिती असण्यासाठी तुम्ही काय करता?

वरील प्रश्नांची उत्तरं ऐकताना या व्यक्तीशी आपण मैत्री करावी ना हे तुमच्या मनात येऊ लागतं.

५. स्वत:संबंधी माहिती उघड करा

मैत्री जोडणं हे एकमार्गी होत नसतं. तुमच्याकडूनही मैत्रीचा एक हात पुढे व्हावयास हवा. स्वत:ची माहिती सांगण्याचा चांगला प्रभाव पडतो. त्यामुळे दुवे जोडले जातात. तुमच्या भावी मित्राला तुमच्या जीवनासंबंधी माहिती प्राप्त होते. तुमच्या जीवनातील अडचणीचे प्रसंग सांगितल्यास समोरच्याला तुमच्याबद्दल सहानुभूती निर्माण होते. ती व्यक्तीही त्यांच्या जीवनातील सुखदु:खं मांडू लागते. याचाच अर्थ आपली माहिती सांगण्याइतकी विश्वसनीय अशी ती व्यक्ती तुम्हास वाटते.

एक मानसोपचारतज्ज्ञ म्हणून माझे रुग्ण मला त्यांच्या व घरातल्या अडचणी सांगतात. मग मीही मला तसे आलेले अनुभव त्यांना सांगते. त्यामुळे ते ज्या संकटातून जात असतात त्याची जाणीव मला झाल्याचं त्यांना समजतं. स्वत:हून गोष्टी सांगण्यानं संवाद साधला जातो.

६. एकमेकांच्या आरशाप्रमाणे समान प्रतिमा पहा

समोरच्याचं म्हणणं आपल्याला पटतंय असं वाटल्यावर त्याच्याप्रमाणे आपली देहबोली होऊ लागते. संभाषणाच्या अखेरीस एकमेक दुसऱ्याच्या देहबोलीचं अनुसरण करू लागले की ओळखावं आपली मैत्री जमलीच.

मित्रत्वात वाढ

मैत्री आपोआप घडत नसते. पुरुष बऱ्याच वेळा मैत्रिणींना गृहीत धरून चालतात. पुरुषांचा कल कृतीकडे असतो तर स्त्रियांना लोकांशी बोलण्या-वागण्याची इच्छा असते. यामुळे पुरुष गृहीत धरत असावेत. आता ई-मेलचा वापर वाढू लागला आहे. त्यामुळे या परिस्थितीत बदल होऊ लागला आहे. माहिती-तंत्रज्ञान आणि त्यामुळे त्वरित संपर्क साधणे यामुळे पुरुष नियमितपणे संवाद साधू लागलेत. परंतु आपण एक गोष्ट विसरता कामा नये – वैयक्तिक भेटण्याने मैत्री वाढते.

मैत्री-वृद्धीसाठी पुढे काही कल्पना देत आहे. संपर्कातून मैत्रीकडे कशी वाटचाल करायची हे सांगितलंय.

मैत्रीमध्ये प्रगती करणे

- क्रीडा किंवा फॅशन याशिवाय अन्य विषयावर अधिक बोला.
- मित्राची सारी माहिती केवळ शब्दाने नव्हे तर पूर्ण अर्थाने ध्यानपूर्वक ऐका.
- मित्रामध्ये काय चांगल्या गोष्टी आहेत त्या पहा. त्याबद्दलचा तुमचा आदर व्यक्त करा.
- आत्मविश्वास बाळगा.
- त्यांना वाईट दिवस आले असतील तर तुम्हाला चांगले दिवस कसे आले ते सांगून आशावाद द्या.
- तुम्ही अडचणीत असाल तर मदत मागा.

माझी एक ग्राहक खूप निराश झालेली होती. ती माझ्याकडे मदतीसाठी आली. माझ्या लक्षात आलं, तिला फारशा मैत्रिणी नव्हत्या, त्यामुळे तीच समाजात मिसळणं होत नव्हतं. तिच्या मैत्रिणींबद्दल मी चौकशी केली. त्या मैत्रिणींच्या स्वार्थी वागण्यामुळे तिनं वैयक्तिक मैत्री सोडून दिली होती. तिनं त्यांच्यावर पूर्ण विश्वास टाकूनही त्यांनी तिची फसवणूक केली होती. तिनं नापसंती दाखविलेल्या परिस्थितींचा मी अभ्यास केला. जवळजवळ रोजच तिला कमी लेखलं होतं. हे असं का होत गेलं, यावर आम्ही चर्चा केली. त्यावर असं लक्षात आलं की, ती सरळ हिशोबात विचार करणारी होती. तिच्या एका मैत्रिणीला तिनं भोजनासाठी आमंत्रित केलं होतं. ऐन वेळेस तिनं येऊ शकत नसल्याचं कळविलं. ती आली नाही. झालं, हिनं तिला पुन्हा कधीही बोलावलं नाही. तिच्यात सुधारणा होते का हे पाहण्याची एखादी संधी दिली नाही. दुसऱ्या मैत्रिणीनं किरकोळ असा विश्वास दाखविला नव्हता. तिच्याशी हिनं संबंधच तोडले.

या अहितकारी घटनांचा संबंध मैत्रीशी होता हे आमच्या लक्षात आलं. पूर्णपणे चांगलं असं आपण कोणीही नाही. आपल्या हातून चुका होतात. यातून मार्ग काढण्याचा आपण साऱ्यांनी प्रयत्न करायला हवा. मित्रांबाबत आपली भावनिक शक्ती वापरून मैत्री कशी वृद्धिंगत करावी, मैत्रीत तफावत पडू न द्यावी या दृष्टीनं पुढील भागात चर्चा केलीय.

मित्रांसमवेत भावनिक शक्तीचा वापर

पुढे मी आठ प्रसंग दिलेत. त्याबाबतच्या चार-पाच प्रतिक्रिया दिल्यात. प्रत्यक्ष जीवनात त्यातील कोणता पर्याय निवडाल हे अतिशय प्रामाणिकपणे सांगा. प्रत्येक पर्यायानंतर भावनिक शक्तिमान पर्यायाबाबत मी चर्चा करेन. हे पर्याय एकापेक्षा

अनेकही असू शकतात.

१. नव्या कामाबद्दल नकारार्थी विचार

तुम्हाला नुकतीच एक चांगली वार्ता समजलीय. तुम्हाला नवीन नोकरी मिळालीय. पण मित्राचे शेरे ऐकून तुम्ही निराश होता. तो म्हणतो, तुम्ही मुलाखत घेणाऱ्या सदस्यांशी कसे काय संगनमत केलेत. म्हणजे तुमच्या ज्ञान आणि कौशल्याबद्दल तो शंकाच घेतो. या वेळी तुमची प्रतिक्रिया काय असेल? तुम्ही :

अ. रागवाल. परंतु या बाबतीत त्याला काही बोलण्यात अर्थ नाही. त्याला अशी बडबड करण्याची सवय आहे.

ब. योग्य ती वेळ पाहाल व सर्वांसमोर त्याचा पाणउतारा कराल.

क. त्याला रागविणे हे योग्यच आहे असे समजाल.

ड. त्याचं बरोबर होतं हे मनातून ओळखाल व त्याबद्दल काहीच बोलणार नाही.

इ. त्याला असं का बोललास हे विचाराल. कारण त्यामुळे तुम्हाला त्रास सहन करावा लागला.

पृथक्करण

या प्रसंगातील प्रतिक्रियांचं आपण विश्लेषण करू या.

तुम्ही वरील अ विचाराचे असाल तर रागाच्या सर्व दुष्परिणामाला तुम्हाला सामोरं जावं लागेल. तुमचा राग तुम्ही मोकळेपणानं व्यक्त करणार नाही. राग मनामध्ये दाबून ठेवणं योग्य नाही. मी मागे सांगितल्याप्रमाणे राग जर कोंडून ठेवण्याची सवय झाली तर अल्सर व कॅन्सर होण्याची शक्यता असते. काही वेळा मित्र थट्टा म्हणून बोलताना नावं ठेवतात. समोरचे आरामात असताना ते हे मजेत घेत असतील तर ठीक. पण आपण तणावाखाली असू तर ते शब्द गंभीरपणे घेतो. तेव्हा कोणीही हास्य करत नाही. ते सहजसाध्य बोलणं असेल तर सोडून द्या. नाहीतर तुम्हाला त्याच्या बोलण्याचा किती त्रास झाला हे मित्राशी बोलून व्यक्त करा. आपण जर ब पर्याय निवडला असेल तर जशास तसे या पद्धतीचा अवलंब करत आहात. ही पद्धती आक्रमक स्वरूपाची आहे. दुसऱ्याविरुद्ध खेळ खेळण्याची आहे. यामुळे परिस्थिती अधिकच चिघळत जाते. समोरची व्यक्ती तुमच्याविरुद्ध कारस्थान रचू लागते. अशा अप्रत्यक्ष वागण्याने प्रश्न सुटत नाही. किंबहुना प्रश्न अधिकच बिकट बनतात.

क हा पर्याय स्वीकारला असेल तर प्रत्यक्ष जोरदार हल्ला करायचाच असं ठरविलेलं दिसतं. तेच योग्य होतं असं तुम्हाला वाटेल. परंतु इतकं आक्रमक होण्यात धोका आहे. त्यामुळे मैत्री तुटू शकते.

आपण जर ड हा पर्याय निवडला असेल तर तुम्ही आत्मविश्वासात कमी पडत आहात. तुम्हाला काम मिळालं तर ते भाग्यच असं वाटेल; परंतु तुम्ही त्या कामास पात्र आहात हा विश्वास बाळगा.

इ पर्याय हा आक्रमकतेच्या पुढे जाऊन जोरदार विचारणा करणारा आहे. 'का' असे विचारूनच संवादाला सुरुवात होते. तुम्हाला अस्वस्थ किंवा रागवायला का लागला याबद्दल तुम्ही मित्राच्या वागणुकीबद्दल जाब विचारता. माफी मागायला सांगता. मित्रांशी वागतानाची वागणूक योग्य ठेवण्यास सांगता.

तो जर म्हणाला की, तो केवळ विनोद होता. आणि हे जर तुम्हाला पटलं नाही तर तुम्ही त्याला तसं सांगाल. कोणत्या वेळी विनोद करावयाचा याची जाणीव करून द्याल. अशा वेळी काय बोलायचं हे लिहून काढा. त्यामुळे संवाद यशस्वी होण्यासाठीचा आत्मविश्वास प्राप्त होईल.

२. एकसारखे जॅकेट

तुमचा मित्र भोजनासाठी आलाय. त्याचं जॅकेट तुमच्या जॅकेटसारखंच आहे. हे असंच यापूर्वीही बऱ्याच वेळा घडलंय. अशा परिस्थितीत तुम्ही काय कराल?

अ. हे सारं विसरून जाईन, कारण हा फक्त कपड्यांचा विषय आहे.

ब. 'झालं एवढं खूप झालं' त्यामुळे हे काय चाललंय असं विचाराल.

क. मोकळ्या वेळात तुम्ही हा विषय काढाल व हे असं घडतंय ते आश्चर्यकारक असल्याचं सांगाल. एकमेकांची कॉपी न करण्याचं ठरवाल.

ड. तुम्हीही त्याच्यासारखेच कपडे पुढील वेळी खरेदी कराल.

इ. तुमच्यासारखे कपडे दुसऱ्यानं घालणं हे तुम्हाला भूषणावह आहे. त्यामुळे चिडून जाण्याचं कारण नाही. त्यात आनंद वाटला पाहिजे.

पृथक्करण

हा तुलनेचा प्रश्न पुरुषांपेक्षा स्त्रियांच्या बाबतीत जास्त वेळा घडतो. दोघीही जुळ्या बहिणीसारख्या दिसत असतील तर फारसं बिघडणार नाही. पण एका स्त्रिला दुसरीने तसाच पोशाख केल्यामुळे तिच्या व्यक्तिमत्त्वाला बाधा येते असं वाटत असेल तर मात्र प्रश्न निर्माण होतो. मला तिला काहीतरी सागावं वाटतं, पण ते सांगावं कसं?

तुम्ही अ पर्याय निवडला असेल तर तुम्ही विवंचनामुक्त राहाल. पोशाखाला फारसं महत्त्व न देणारं व्यक्तिमत्त्व म्हणून ओळखले जाल.

ब पर्याय निवडल्यास तुम्ही मैत्रीची कदर न करता खूप आक्रमक व्हायचं ठरविल्याचं दिसेल.

जर तुम्ही क पर्याय निवडला असेल तर तुम्ही त्याला, 'हे असं का घडतंय' असा जाब विचाराल. तुमच्या मित्राला तुमच्याबद्दल असूया निर्माण होत असेल तर तुम्ही त्याच्यासमवेत खरेदी करणं, एकमेकांना काय चांगलं दिसतं हे बोलणं, या गोष्टी थांबवाल. त्यामुळे असे तापदायक प्रसंगच कमी होतील.

ड पर्यायाप्रमाणे तुम्ही तुमच्या मनातील अडचण मित्राला सांगण्यास टाळीत आहात. सामोरं जायला भीत आहात. नकळत तुमच्यासारखं वागायला मित्राला प्रवृत्त करत आहात. प्रश्नाच्या मुळाशी जाणं टाळीत आहात.

दुसऱ्याची नक्कल करावी असे वाटणारे इ. पर्यायाकडे वळतात. कमी कर्तृत्व असणारे मित्र दुसऱ्याची अशी नक्कल करण्याचा प्रयत्न करतात. मित्राचा आत्मविश्वास वाढविण्याचा हा प्रकार असू शकतो. असं असेल तर क पर्यायाकडे वळा.

३. तुम्ही आणि मित्र एकत्र काही करत असाल तर तो नेहमीच विलंब करतो. असं पुन्हा घडल्यास तुम्ही कसं सांगाल?

अ. उशीर झाला की, माझं डोकंच फिरतं असं त्याला सांगून पुढच्या वेळी तुम्ही त्याला बरोबर घेणं टाळाल.

ब. तो असंच वागणारा आहे हे ध्यानात घ्याल. त्यामुळे तुम्ही ते स्वत:ला लावून न घेता, त्याबाबत बोलत न बसता तो येईपर्यंत एक चांगलं पुस्तक वाचत बसाल.

क. आपल्या मित्राच्या जोडीदारास त्याच्या उशिरा येण्याबद्दल सांगा. त्यामुळे तुम्हाला किती त्रास होतो ते सांगा.

ड. त्यांच्या उशिरा येण्याबद्दल मोठ्यानं ओरडून निषेध नोंदवा.

पृथक्करण

नेहमी उशिरा येणं म्हणजे सर्व गोष्टी नीट जमवता येत नाहीत याचं लक्षण आहे. त्याशिवाय अनादर दाखवणं असाही अर्थ होतो. माझा वेळ हा तुझ्या वेळेपेक्षा महत्त्वाचा आहे असं दाखविणं होय. साधारणत: प्रत्येक जण केव्हा ना केव्हातरी उशिरा आलेला असतो. वाहतूक प्रश्नामुळे उशीर होतोच; पण विलंबाची सवय होणं वाईट. अशा सदैव विलंबित लोकांना रागावणं उत्तम.

माझी एक मैत्रीण ही उशिरा येण्याबद्दल कुप्रसिद्ध आहे. मी त्याचं काहीच वाटून घेतलं नाही. कारण ती सर्वच मैत्रिणींकडे उशिरा जायची. मला एक प्रसंग आठवतो. मी माझ्या नव्या मित्राच्या बहिणीला भेटायला चालले होते. तेव्हा

उत्सुकतेनं माझी ही उशिरा येणारी मैत्रीणही बरोबर आली होती. आम्ही दोघीही गाडीत होतो. आता तिला भेटायचं होतं तर ती वेळेवर पोहोचायचा प्रयत्न करत होती. ती सारखी घड्याळात पाहत होती. याचा अर्थ ती वेळेवर जाऊ शकते. आम्हीच त्या दृष्टीनं प्रयत्नात कमी पडत होतो.

आपण अ पर्याय निवडला असेल तर तुम्ही तुमच्या या मैत्रिणीसाठी यापूर्वी खूप वेळा वाट पाहत बसला असणार. तिच्या बाबत कडक मार्ग स्वीकारायचंच ठरवलं असणार. परंतु त्यासाठी तुम्हाला तुमचा आवाज चढवण्याची गरज नाही. तिच्या उशिरा येण्यामुळे तुम्हास काय वाटतं ते तिला सांगा व पुन्हा असा उशीर केल्यास काय कराल याची कल्पना द्या. जे सांगाल त्याप्रमाणे वागा. पुन्हा उशीर झाल्यास तिच्यापासून दूर रहा.

ब पर्यायाची निवड म्हणजे कोणताही बदल होणार नसल्याची चिन्हं होत. तुम्हाला तशीच वाट पाहत बसावं लागणार आहे.

आपण क पर्यायाला पसंती दिली असल्यास तुम्ही मैत्रिणींशी प्रत्यक्ष बोलणं टाळत आहात. हा प्रश्न सोडविण्याची जबाबदारी दुसऱ्यावर सोपवत आहात. तिच्याशी अप्रत्यक्षपणे संपर्क साधत आहात. त्यामुळे या आणि अशा प्रसंगी वागण्यातला आत्मविश्वास तुमच्यामध्ये निर्माण होणार नाही.

ड पर्यायाप्रमाणे तुमचा विरोध प्रखरपणे दाखवलात तर तुमची मैत्री धोक्याच्या वळणावर आहे असं समजा. इतकं चिडण्याच्या स्थितीला तुम्ही पोहोचला आहात का याचा अंदाज घ्या.

४. वरचढ रहा

तुम्ही पुरुष असाल तर स्त्रीशी किंवा स्त्री असाल तर पुरुषाशी बोलत आहात. तुमचा मित्र मध्येच येतो आणि तोच जादा बोलायला लागतो. तुम्ही काय कराल?

अ. तुम्ही मित्राच्या बोलण्याकडे दुर्लक्ष करून तुमचं आधीचं बोलणं चालू ठेवाल.

ब. त्यांना बाजूला नेऊन ते काय करत आहेत ते विचाराल.

क. ते बोलत आहेत तोपर्यंत शांत रहा. त्यांच्या बाबतीत तुम्ही असंच करा.

ड. तुमची मैत्रीण तुमच्यापेक्षा अधिक आकर्षक आहे असं समजून जे होईल ते स्वीकारायला तयार रहा.

पृथक्करण

काही मित्र असे असतात की, त्यांना आपल्याकडे काय आहे ते हवं असतं. तुम्हाला मैत्री टिकवायची असेल तर या परिस्थितीतून कसा मार्ग काढायचा ते ठरवा.

आपण 'अ' पर्याय निवडला तर झालं एवढं पुरे झालं असं मानून तुम्ही आक्रमक झाला आहात असं सिद्ध होतं.

ब पर्यायाप्रमाणे तुम्ही त्याला त्याच्या वाईट वागणुकीचा जाब विचारत आहात. हे तुमच्या मनाप्रमाणे तुम्ही करत आहात.

क पर्याय निवडला असेल तर तुम्ही त्याच्यावर सूड उगवत आहात. त्यामुळे पूर्वीप्रमाणे स्पर्धा वाढवत आहात. त्यातून काहीच निष्पन्न होत नाही.

आपण ड पर्याय निवडला असेल तर तुमचा आत्मविश्वास कमी पडतोय. हे स्वीकारू नका. पुढील भागात याबद्दल शिका. द्वेष करणाऱ्या मैत्रिणीशी आत्मविश्वासाच्या युक्त्या वापरा.

५. उसने पैसे देणे

तुम्ही तुमच्या मित्राला मोठी रक्कम उसनी दिलीय. ती त्यानं परत केलेली नाही. त्या रकमेचा वापर तुम्हाला सुटीवर जाताना करायचा होता.

तुम्ही असे वागाल :

अ. काहीच बोलणार नाही. त्यांनाहून जाणीव होईल की पैसे परत करायला हवेत.

ब. तुमचं जेवढं येणं आहे तेवढी रक्कम त्याच्याकडून उसनी मागा.

क. रागावून रकमेची मागणी करा. व्याजासह मुद्दल मागा.

ड. पैसे परत का केले नाहीत ते विचारा. मित्र अडचणीत असेल तर आता ते पैसे परत कसे देणार याची योजना आखा.

पृथक्करण

पैशामुळे वादावादी होऊन जवळचे मित्र व नाती तुटण्याची शक्यता असते. हे ध्यानात घेऊन तुम्ही पैसे देणारे किंवा घेणारे होऊ नका. पण प्रत्यक्षात अडचणीच्या वेळी आपण मित्रावर अवलंबून राहत असतो.

आपण अ पर्यायाची निवड केली असल्यास 'आपोआप चांगलंच होईल' असा विचार आपण करता. बऱ्याच वेळा आपण पैसे उसने घेतले आहेत हेही विसरतो. मग कोणीतरी त्याचं स्मरण करून देतो. तुमचे पैसे मागायचे असतील तर कधीही घाबरू नका. तो पैसे घेतल्याचं नाकारत असेल तर तुम्ही ते केव्हा दिले याचे तपशील त्याला द्या. किती पैसे दिले, ते कशासाठी दिले याचं स्मरण द्या. ही माहिती तुम्हाला पाठ हवी. मग तुमच्या बाजूनी दाव्याचा निकाल लागला म्हणून समजा.

ब पर्यायाची निवड केली असल्यास आपण अप्रत्यक्ष संपर्क साधण्याचा प्रयत्न

करत आहात. त्यामुळे परिस्थिती अधिकच बिघडेल.

क पर्याय म्हणजे उघडपणे विरोध होय. त्यामुळे कदाचित तुमचे पैसे परत मिळतील, पण मित्र कायमचा गमवाल.

ड पर्याय हा जास्त चांगला आहे. तुम्ही पूर्वी त्याच्याकडे पैसे परत मागितले होते. ते त्यानं दिलेले नाहीत. त्याचे कारण विचारा. तो खरंच आर्थिक अडचणीत सापडला असेल, तर तुम्ही ओरडूनही पैसे परत मिळणार नाहीत. त्यापेक्षा त्याला नव्यानं हप्ते बांधून द्यावेत. मग पैसेही येतील व मैत्रीही टिकेल.

६. न टिकणारा विवाह

तुमच्या दृष्टीनं अयोग्य अशा व्यक्तीशी तुमचा मित्र विवाह करत आहे. अशा वेळी तुम्ही :

अ. गप्प राहाल. त्यांची चूक त्यांना भविष्यात उमगेल असा विचार कराल.

ब. भावी जोडीदार हा बरोबर नसल्याचं सर्वांदेखत सूचित कराल. त्यामुळे तुमच्या मित्राच्या ते लक्षात येईल.

क. तुमच्या मित्राला बरोबर घेऊन हॉटेलात जाल व त्याची जोडीदार बरोबर नसल्याची त्याला कल्पना द्याल. हा विवाह टिकेल का याची भीती व्यक्त कराल.

ड. त्या भावी जोडीदाराला भेटून सांगाल व हा विवाह होणार नाही असे पाहाल.

पृथक्करण

'अ' निवडावा असं वाटणं साहजिक आहे. मित्राच्या सहचारिणीबद्दल वाईट सांगणं माझ्या नेहमीच जिवावर आलं आहे. प्रत्येकाची आवडनिवड वेगळी असू शकते. तुमच्या मित्राला एखादा बेडूकही राजकन्येसारखा वाटू शकतो. त्यामुळे प्रथम तरी गप्प राहणं पसंत करीन आणि त्यांच्यामध्ये चांगलं काय आहे हे शोधण्याचा प्रयत्न करीन.

पर्याय 'ब' हा जरा जास्त आक्रमक आहे. तो वापरणं बरंच अडचणीचं आहे. सहचरीबद्दल वाईट सांगणं माझ्या नेहमीच जिवावर आलं आहे. हे सांगणं म्हणजे याला कसं वागावं कळत नाही अशी टीका होण्याची भीती आहे. शिवाय असं करण्यात तुम्ही एक नाही तर दोघांना दुखावत असता. आईवडिलांच्या मनाविरुद्ध घडत असेल तर असे पालक बहुधा हा पर्याय निवडतात. विवाह होऊन गेला की, पालकांचं नुकसान झालेलं असतं.

एखादी घटना बरोबर होणार नाही हे तुमच्या ध्यानात आलंय. अशा वेळी कसं वागावं हे 'क' पर्यायात दाखवलंय. उदा. भावी सहचरी आधीच विवाहबद्ध आहे,

ती दुसऱ्याबरोबर फिरतेय, चुकीच्या काही गोष्टी करतेय. अशा वेळी मित्रत्व म्हणून आपल्या दोस्ताशी बोलायला हवं.

अशा वेळी हे सांगताना बरीच काळजी घ्यायला हवी. हे सांगणारा वाईट ठरण्याची शक्यता असते. सत्य सांगून संबंध बिघडू शकतात. हे सारं हळुवारपणे हाताळायला हवं.

पर्याय 'ड'ची निवड म्हणजे मैत्रीचा शेवटच होय. मत्सरानं भरलेले असल्यामुळे तुम्ही असं बोलताय असं समजलं जाईल. तुमच्या मनात जे काही साध्य करायचं असेल ते सिद्धीला जाणार नाही. कदाचित ती जोडी अधिकच एकत्र येईल.

अधिक माहितीसाठी मित्रत्व व सहकारी हा विभाग वाचा.

७. दुर्लक्ष

तुमच्या मित्राची सहचरी तुमच्या सांगण्याकडे दुर्लक्ष करतेय. तुम्ही काय कराल?

अ. तुम्ही मनापासून सांगताय. ते सर्व जण ऐकतील असं पाहाल.

ब. तुम्ही काहीच बोलणार नाही. ते आता पार्टीमध्ये गुंतले आहेत. तुमचं सांगणं सकाळपर्यंत त्यांच्या लक्षातही राहणार नाही.

क. भावी काळात वैवाहिक संबंधामध्ये निर्माण होणारे प्रश्न त्यांना सांगा.

ड. मित्राच्या जोडीदाराशी प्रत्यक्ष बोला.

पृथक्करण

आपण पर्याय 'अ' निवडला असेल तर काय घडलंय हे सर्वांना कळू दे. पुढील दोन गोष्टींपैकी एक घडेल, तुम्ही फारच विरोध करता असं मित्राला वाटेल. सहकारी हा इतका सामान्य आहे की तुम्ही ते दुर्लक्षू शकत नाही.

ब पर्यायाची निवड चांगली आहे, पण हा असा एकच प्रसंग असायला हवा. चुका होत असतात व मित्रत्व सहजपणे अडचणीत येतं. जवळीक संपुष्टात येऊ शकते. विशेषत: मद्यप्राशनानंतर हे घडण्याची शक्यता अधिक असते.

भावी सहकाऱ्याची चुकीची वागणूक तुम्ही पाहिली असेल तर पर्याय क हा उपयोगात आणावा. सांगणारा अडचणीत येतो हेही ध्यानात असू दे.

ड पर्याय हा अधिक स्पष्ट रोख ठेवणारा आहे. मैत्री न बिघडवता मुक्तपणे चर्चा करा, काय वाटतं ते सांगा.

८. पाठीत खंजीर

तुमचा मित्र तुमच्या माघारी तुमच्याबद्दल वाईट बोलतोय. त्यामुळे विश्वासाला तडा बसलाय. हे अडचणीचं झालंय. अशा परिस्थितीत कसे वागाल?

अ. यापुढे आपल्या वैयक्तिक बाबी या मित्रासमोर बोलायच्या नाहीत, हे आता ठरवून टाकाल.

ब. अशा वागण्यानं तुमच्यावर जो परिणाम झालाय त्याबद्दल बोलाल. त्यामुळे मैत्रीवर परिणाम होतोय हेही सांगाल.

क. त्यांची प्रतिमा खराब करेल अशी अफवा पसरवाल.

ड. त्यांनी तुमच्या पाठीत खंबीर खुपसलंय. त्यामुळे त्यांच्यावर राग काढण्याचा तुम्हाला पूर्ण अधिकार आहे हे मनात ठेवा.

इ. मैत्री लगेच तोडून टाका. ते चुकीचं वागण्यात फारच पुढे गेलेत.

पृथक्करण

आपल्या वैयक्तिक गोष्टी बोलायच्या नाहीत असं अ पर्यायाप्रमाणे ठरवलंत तर मग मैत्रीला काय अर्थ उरला? नुसती ओळख आणि मैत्री यात हाच खरा फरक आहे. एखाद्या हॉटेलमधील जेवण बरोबर नसेल तर त्याबद्दल काही न सांगताच बाहेर जाणं व पुन्हा त्या हॉटेलात पाऊल न ठेवणं अशा पद्धतीत इथं वागून चालणार नाही. मित्राला काहीच न बोलणं बरोबर नाही. असं केलं तर त्याच्यामध्ये सुधारणा करण्याची संधी न देण्यासारखं होईल.

ब हा चांगला पर्याय आहे. तुमच्यावर त्याच्या वागण्याचा काय परिणाम झाला हे त्याला सांगा. किमान बोलून मन मोकळं केल्याचं समाधान होईल. तसेच असं पुन्हा घडलं तर त्याचे काय परिणाम होतील याचीही त्याला जाणीव होईल. तुमचं म्हणणं त्याला मान्य आहे की अमान्य, हे सांगण्याची संधीही मित्राला उपलब्ध होते. कदाचित तुम्हीही चुकले असाल.

नकारार्थी भावनेनं आक्रमक रितीनं वागण्याचा प्रकार क पर्यायात दिसून येतो. आगीनं आगीशी खेळण्याचा हा प्रकार आहे. त्यातून चांगलं काहीच घडणार नाही. मैत्री तुटणार. मग आपली शक्ती कशाला वाया घालवायची?

ड पर्याय म्हणजे आपलं रागावणं योग्यच आहे असं वाटणं. आपल्या बाजूनं ते तसंच वाटेल. पण त्यामुळे बोलणं बंद होईल. यामध्ये तुम्ही वाईट ठराल. वैचारिक विरोधाऐवजी राग आणि आक्रमकता इकडे वळणं हा एक मोठा धोका होय.

माघारी बोलणं व टीका करणं हे वरचेवर होत असेल तर पर्याय इ प्रमाणे मैत्री

संपुष्टात आणणंच योग्य होय. या बाबतीत 'मैत्री केव्हा थांबवावी' हा विभाग पहा.

मैत्रीमधील विश्वास – एक दृष्टिक्षेप

पुढील गोष्टीतून विश्वास प्राप्त होतो :

- अचानक काही प्रश्न उद्भवल्यास त्यास सामोरं जाण्याचं धैर्य प्राप्त होतं. आपण कोणत्याही समस्येला तोंड देऊ शकतो हे ध्यानात आल्यावर आपल्या सार्वजनिक जीवनात आपण धीटपणे पुढे जाऊ शकतो.
- कृती आराखडा तयार असावा. काही वेळा आपण परिस्थितीतून मार्ग काढण्याचे प्रयत्न करतो, परंतु यश येत नाही. एका नाही तर दुसऱ्या ब योजना आराखड्याकडे जाऊ शकतो हे माहिती असेल तर आत्मविश्वास वाढतो. तोही यशस्वी होणार नसेल तर क आराखड्याकडे वळू शकतो.
- चढत्या क्रमानं जाण्याची योजना. पुढ्यातील प्रश्न सोडवायला सर्व हत्यारांचा एकाच वेळी वापर केला तर मग नंतर काय करायचं? आपण हळुवारपणे प्रश्न सोडवायला सुरुवात करावी. नंतर आक्रमक व्हावं. सरळ मार्ग संपले तरच आक्रमक व्हावं.
- त्याच्यामध्ये बदल करण्यास मित्रास संधी द्यावी. तुम्हालाही दुसऱ्यांनी अशी संधी द्यावी असं वाटतं ना? मग तेच तुम्ही दुसऱ्यासाठी करा.
- मनामध्ये किंतु न ठेवता, संकोच न करता मित्राला पुन्हा भेटावं. तो आपल्यावर रागावेल, आपला द्वेष करेल असं काहीही मनात आणू नका.

हेवा करणाऱ्या मित्राशी कसे वागावे?

द्वेष, हेवा या प्रवृत्तीबाबतही वर उल्लेखलेल्या गोष्टी लागू पडतात. मग मित्र स्पर्धेत उतरतात. याचा अतिरेक झाला की, परिस्थिती हाताबाहेर जाते. हेव्यामुळे मैत्री संपुष्टात येते.

फिना आणि क्रिस्टाइन या दोघी मैत्रिणी होत्या. त्या पाच वर्षं शेजारी म्हणून राहत होत्या. फिना क्रिस्टाइनपेक्षा वयानं थोडी मोठी होती. तिनं एका पार्टीचं आयोजन केलं होतं. सर्व शेजाऱ्यांना आमंत्रित केलं. तिच्या व्यवसायातील सोबती, माइक यालाही बोलावलं होतं. क्रिस्टाइनला माइक आवडत असल्याचं तिनं मागे सांगितलं होतं. त्यामुळे या पार्टीत त्याला भेटायला ती उत्सुक होती. पार्टीला आलेली बहुतेक मंडळी परतल्यावर फिना, माइक व क्रिस्टाइन बोलत बसले होते. बोलताना माइक फिनाकडे बघून बोलायचा. त्यामुळे त्याला फिनाच अधिक आवडत

असल्याचं जाणवलं.

दुसरे दिवशी दोघींमध्ये जोरात बोलणं झालं. तो फिनाकडे अधिक का आकर्षित होत होता हा विषय होता. पण फिनानं वेळ मारून नेली. ती एवढंच म्हणाली, "त्याला मी आवडते एवढंच."

या घटनेतून असा संदेश मिळतो की दुसऱ्यांना दुखावणारे शब्द वापरू नका. त्यामुळे तुमची मैत्रीही अबाधित राहते. कोणत्याही मैत्रीमध्ये केव्हाही हेवा, द्वेष याचा प्रवेश होऊ शकतो. त्याची व्यवस्थित हाताळणी न केल्यास मोठी चूक होऊ शकते.

अशा परिस्थितीत साधारणत: तुमच्यापुढे दोन पर्याय असतात. तुम्ही भावनिक पातळीवर समजावून घ्यावं किंवा प्रश्न सोडवून टाकावा.

भावनिक पातळीवर जमवून घेण्यासाठी दहा सेकंदात आत्मविश्वास हा मार्ग अवलंबा. तुमच्या अंगावर टेफलॉनचे आवरण आहे असं समजा. त्यामुळे तुमच्याकडे काहीही फेकलं तरी ते बाजूस जातं. त्याची खूणही राहत नाही. आपल्याला कमी लेखणारं काहीही इतरांनी केलं तरी ते मनाला अजिबात लावून घ्यायचं नाही. हे असं एखाद वेळीच घडलंय. तेसुद्धा अवाजवी अपेक्षेमुळे झालंय असं समजायचं.

द्वेष भावनेनं वागत असतील तर ते नाकारणं हे टेफलॉन परिणामामुळे जमू शकतं. मैत्री टिकविण्यासाठी निर्माण झालेले प्रश्न सोडविले पाहिजेत. द्वेष भावनेनं वागणाऱ्या मित्राशी बोलताना पुढील मुद्द्यांचा वापर करा.

द्वेष करणाऱ्या मित्राशी भावनिक शक्तीनं बोलण्याचे टप्पे

- तुम्ही अस्वस्थ का झालात हे स्पष्ट करा.
  अवघड परिस्थितीच्या वेळी आपण तो विषय मोकळेपणानं बोलत नाही. आपल्याला निश्चित काय हवंय हे सांगत नाही. सर्वच मित्र समजावून घेणारे नसतात. काहींना प्रश्न सोडविण्यासाठी अधिक माहिती समजावून सांगण्याची गरज असते. नकार टाळण्यासाठी सारं काही नीट सांगा. केव्हा, कुठे, कोणामुळे ते घडलं हेही सांगा.
- अशा वागणुकीमुळे तुम्हाला काय वाटलं ते सांगा. तुमच्या भावना व्यक्त करण्यात प्रभावीपणे संदेश पोहोचत असतो. तुमचा मित्र असं म्हणू शकत नाही की, 'मूर्खासारखं बोलू नकोस. तुला तसं वाटलंच नव्हतं.' तुम्हाला काय वाटलं होतं, याची तुम्हाला चांगलीच जाणीव आहे. ती सांगा.
- त्यांना काय वाटेल ते समजावून घ्या. कदाचित त्यांना तुमच्याशी तसं मुद्दाम वागायचंच नसेल. हे खरं आहे अशी तुम्हाला शंका येत असेल तर तसं सांगा. याउलट मात्र तुम्हाला कमी लेखण्याचाच त्यांचा उद्देश असेल

तर ते यशस्वी होणं अवघड असल्याचं सांगा.

- मैत्री कशी असावी असं तुम्हाला वाटतं? या प्रश्नाच्या उत्तराबद्दल विचार करून ठेवा. काय घडावं असं तुम्हाला वाटतं? मैत्रीनं पुढे कोणतं स्वरूप घ्यावं असं तुम्हाला वाटतं?
- परिणामांची चर्चा करा. तुमचा मित्र तुम्हाला कमी लेखणं चालूच ठेवत असेल, तुमची नक्कल करत असेल, तुमचा द्वेष करत असेल तर काय परिणाम होईल? जवळीक नाहीशी होण्याची शक्यता आहे. संबंध ठेवण्याची इच्छा राहणार नाही. आत्मविश्वास कमी होईल. मैत्री तकलादू राहील.
- मतभेदालाही महत्त्व द्या. मित्राच्या दृष्टिकोनाबद्दल सकारात्मक रहा. त्याच्यामधील असुरक्षिततेच्या भावनेमुळे त्याची अशी वागणूक झाली आहे. त्यांच्यामधील गुणांची जाणीव तुम्हाला असल्याचं त्यांना कळू दे. ते गुण तुमच्या गुणापेक्षा वेगळे कसे आहेत हेही सांगा. तुमची चर्चा सकारात्मक विधानानं संपवा.

स्वत:मधील द्वेष-भावनेला हाताळणे

ही विनाशकारी भावना कशाबद्दलही असू शकते. वजन, उंची, स्नायू, गाडी, घर, कपडे, पैसा, सहकारी. ही भावना कोणत्याही वयात, यशाच्या कोणत्याही पायरीवर आढळू शकते. दुसऱ्याला काय मिळालं हे तुम्हाला कळलं की झालं. परंतु त्याच्याजवळ जे आहे ते तुम्हाला उद्या प्राप्त होऊ शकेल, या भावनेनं तुम्ही प्रज्वलित व्हा. मोठे होण्याची आकांक्षा बाळगा. स्वत: भाग्यवान होण्याची मनीषा बाळगा. आहे त्यामध्ये आनंदी रहा. आपण सारे विशेष आहोत हे ध्यानात असू द्या.

यासाठी उपयुक्त असा मनाचा खेळ आहे. तुम्हाला तुमच्या मित्राच्यासारखे पहा. तसेच स्नायू, कंबर, घर, गाडी आहे असं पहा. ते खरंच प्राप्त होण्यासाठी एक वास्तव मुदत ठरवा. मनाला असं सांगा की, भविष्यात तुम्ही असे असणार आहात. मग निश्चयपूर्वक कामाला लागा.

मैत्री आणि सहकारी

मित्राच्या सहकाऱ्यांबद्दल सहमती दाखविली नाही तर मैत्रीमध्ये बाधा येऊ शकते. मग वर उल्लेखलेल्या सहाव्या क्रमांकाच्या प्रसंगाप्रमाणे वागावं लागेल. तुमचा मित्र मैत्री चालू ठेवावी असं म्हणत असेल तर ही मैत्री चालू ठेवण्यायोग्य आहे का हा विचार करा.

बिल आणि स्टेव्ह या माझ्या मैत्रिणी या बिलचा नवा सहकारी पाहून दूर गेल्या.

स्टेव्ह आणि बिल दोघीही सुटीत एकत्र फिरायचे. स्टीव्ह अडचणीत असताना त्यांना बिलनं पैशाची मदत केली होती. परंतु जेम्सशी त्यांचा संबंध आल्यावर स्टीव्हला अस्वस्थ वाटू लागलं. बिलच्यापेक्षा कमी पात्रतेच्या माणसाशी मैत्री करायची नाही असं त्यांनी ठरवलं. स्टीव्हकडे मेजवानी होती. तेव्हा तिनं बिल बरोबर जेम्सला येण्यासाठी आमंत्रण केलं नाही. इतक्या वर्षांची जानी दोस्ती असूनही आता ते एकमेकांबरोबर बोलत नाहीत.

सहकाऱ्याच्या येण्यामुळे दीर्घ काळच्या मैत्रीत खंड पडू शकतो. बिल आणि स्टीव्ह स्वतंत्रपणे भेटले असते व जेम्सला वेगळ्या वेळी बोलावलं असतं तर कदाचित हा प्रश्न सुटला असता. परंतु जर स्टीव्ह हाच द्वेष करत असेल तर मग या प्रश्नांची वेगळी चर्चा करावी लागेल. त्यानं बिलबद्दलच्या भावना मोकळेपणानं व्यक्त करायला हव्यात. त्याच्या बोलण्याला प्रतिसाद कसा मिळतो हे पाहायला हवे. मैत्रीत खंड पडण्यानं दोघांनाही जीवनात कमतरता जाणवेल. त्या दोघांनाही एकाकी वाटू लागलं. पुन्हा मैत्री जोडण्यातील त्यांचा आत्मविश्वास कमी झाला.

सहलीबद्दलचा आत्मविश्वास प्राप्त करण्याचे मार्ग

मित्रासमवेत आठवडाभर रात्रंदिवस किंवा पंधरवडा एकत्र असलं तर मैत्री घट्ट राहते. दोघांना आवडणाऱ्या समान गोष्टीनं मैत्रीची सुरुवात होते. नेहमीच ती सुटी आनंददायी होतेच असं नाही.

मी काही वर्षांपूर्वी पंधरा दिवसांच्या सहलीवर दोन मैत्रिणींबरोबर गेले. माझं जाणं अचानकच ठरलं. माझ्या बाबतीत जे झालं तसं तुमच्या बाबत होऊ नये. त्या दोघीही सतत धूम्रपान करणाऱ्या होता. करमुक्त सिगारेट भरपूर मिळाल्या होत्या. त्या त्यांनी एक आठवड्यातच संपविल्या. मला धूम्रपान आवडत नाही. मी आठवडाभर पुराव्यात या अंदाजानं अर्धा डझन वाइनच्या बाटल्या आणल्या होत्या. परंतु दुसऱ्या दिवशीपासूनच त्या दिसेनाशा झाल्या. त्या माझ्या मैत्रिणींनी फस्त केल्या. त्यातील एकीनं तर अनेक पुरुषांशी शय्यासोबत केली. त्यामुळे आमची वेगळीच ओळख अन्यत्र झाली. मला आता त्या गोष्टीचं हसू येतं; परंतु नंतर मी त्या मैत्रिणींना जवळ केलं नाही.

सहलीसाठी मार्गदर्शन

- ✦ आठवडा किंवा पंधरवड्याच्या सहलीवर येण्याचे ठरवण्यापूर्वी एक दिवसाच्या सहलीत त्यांचा अनुभव पहा.

- ✦ सहलीस जाण्यापूर्वी आवडी-निवडींची चर्चा करा. रेस्टॉरंट्स, सनबेदिंग, प्रेक्षणीय स्थळे व अन्य गोष्टी.
- ✦ पैशाचं नियोजन करा. त्यामुळे बिलाचा हिशोब करताना मतभेद होत नाहीत.
- ✦ गाडी भाड्यानं घेतली असेल तर कोणी किती वेळ गाडी चालवायची हे ठरवा. म्हणजे एकालाच ड्रायव्हर व्हावं लागणार नाही. त्यामुळे दारू पिणंही टाळलं जाईल.
- ✦ झोपण्याच्या व्यवस्थेची चौकशी आधीच करून ठेवा. कोणी घोरणारे असेल तर इअरप्लग किंवा अन्य काही सोय करून ठेवा. स्वतंत्र खोल्या असतील तर उत्तमच.
- ✦ दोघेही एकेकटेच असतील व त्यांना अन्य कोणी भेटल्यास त्यांनी काय करायचं हे बोलून घ्या. त्याला कोणी गावातील हुशार भेटल्यास एक जण खोलीबाहेर फेकला जाईल. त्यामुळे मैत्रीमध्ये अडथळा येऊ शकतो.

मित्रत्व केव्हा थांबवावं

काही वेळा मित्राला सोडून द्यावं लागतं. त्याबाबत मी पुढे सांगितलंय.

१. काही मित्र तुमचा उत्साह, शक्ती ही त्यांच्या सततच्या नकरात्मक भूमिकेतून नाहीशी करतात. तुमच्या या आयुष्यात त्यासाठी वेळ देणं शक्य नसतं. ते तुमच्याबाबत नकारात्मक राहत असतील किंवा जीवनाकडे पाहण्याचा त्यांचा दृष्टिकोन तसा असेल.

२. काही मित्र तुमच्या माघारी तुमच्या विरुद्ध बोलत असतात. अशा वेळी मैत्री धोक्यात येऊ शकते. याबाबत तुम्ही त्यांना खडसावलंही असेल, परंतु त्याचा योग्य तो परिणाम झालेला नाही.

३. तुम्हाला जेव्हा खूप गरज होती तेव्हा ते मित्र मदतीस धावून आले नाहीत. आता या मैत्रीत काय अर्थ उरला असं वाटेल.

४. काही गोष्टींबाबत गुप्तता पाळवयाची असते. ती न पाळल्यास तो मित्र कसला?

५. आता तुमच्या लक्षात आलंय की, ते तुम्हाला अजिबातच आवडत नाहीत.

६. जीवन गतिमान आहे. आता तुमच्या लक्षात आलंय की, तुमच्यामध्ये आणि मित्रामध्ये समान गोष्टी राहिलेल्या नाहीत. आता त्यांच्याशी बोलावं असं महत्त्वाचं काही वाटतच नाही.

असं सारं असूनही काही मित्र हे आयुष्यभर मित्रच राहतात. मी स्कॉटलंडमध्ये माझ्या आईच्या घरी हे प्रकरण लिहून संपवते आहे. तिचं वय ८० आहे. तिचे पती

नुकतेच निवर्तले. तिनं अनेक मैत्रिणी सांभाळल्या, जपल्या. या तिच्या कौशल्यामुळे आयुष्यात येणाऱ्या संकटांना ती धीटपणे सामोरी जाऊ शकली. तिच्या मैत्रिणी तिला आधार देतात. धीर देतात. त्यामुळे तिचं घराबाहेरचं सामाजिक विश्व हे माझ्यापेक्षाही चांगलं आहे.

दहा सेकंदात आत्मविश्वासप्राप्तीच्या युक्त्या

- ✦ नवीन माणसाला भेटायचं असेल तर आत्मविश्वास वाढविण्यासाठी मनाला बजावून सांगा – माझ्याकडून माहिती घेण्यासारखं खूप काही आहे. माझा अनुभवांचा साठा मौल्यवान आहे. माझी मतं हे जाणून घेण्यायोग्य आहेत.
- ✦ तुमच्या मित्रानं तुम्हाला कमी लेखलं असेल तर मनाला विचारा की, हा प्रश्न मला आहे का मला तसं वागविणाऱ्याला आहे? त्या परिस्थितीतून मार्ग – तुमच्या भावनिक शक्तीचा वापर करा.
- ✦ प्रश्नांबद्दल मित्रांशी बोला. त्यासाठी दहा सेकंद विचार करा. जो प्रामाणिकपणे मतप्रदर्शन करेल असा एक मित्र निवडा. नवीन काही करण्याची प्रवृत्ती असलेला दुसरा मित्र निवडा. दोघांनाही फोन करा.
- ✦ मित्राबद्दल असूया वाटत असेल तर ती भावना स्वत:मध्ये प्रगती करण्यासाठी वापरा.
- ✦ दहा सेकंदाची एखादी युक्ती मित्रासोबत बोला.

तुमचा आत्मविश्वास वाढविण्यासाठी आता योजना आखा. त्यासाठी या प्रकरणात वाचलेल्या गोष्टींचा विचार करा.

५

आत्मविश्वास – कामाच्या जागी

घर आणि कार्यालय येथील काम माझ्या बाबतीत तरी एकमेकांत मिसळून गेलंय. त्या दोहोतली सीमारेषा खूपच अंधूक झालीय. मी खूप वर्षं व्यवसाय करतेय. तेथील कर्मचारी माझे मित्र बनलेत. माझे ग्राहकही माझे मित्र बनलेत. मी ज्यांना समुपदेशन करते त्यांची माहिती बऱ्याच वेळी गुप्त ठेवली जाते. परंतु ज्या कंपन्या मला आमंत्रित करतात त्या कंपन्यांमधील संचालक माझे मित्रच बनले आहेत. माझ्या कामाची डायरी इलेक्ट्रॉनिक पद्धतीनं तयार करावयाची होती, तेव्हा मला एकानं सल्ला दिला की, डायरी ही वैयक्तिक व व्यावसायिक अशी दोन विभागात ठेवावी. पण मला प्रत्येक व्यक्ती अशी दोन भागात विभागता येईना. मग मी तो नादच सोडून दिला. सर्वांचा एकच विभाग केला. मी बऱ्याच वेळा संध्याकाळी घरी एखाद्या प्रकल्पावर काम करत असते किंवा पुस्तकाचं लिखाण करत असते. माझ्या कामातून आनंद मिळवणे हेच माझं ध्येय असतं.

प्रत्येक जण माझ्यासारखा नाही याची मला जाणीव आहे. तो असावा अशीही माझी अपेक्षा नाही. मला फक्त एकच गोष्ट वाटते. ती म्हणजे जे काही काम तुम्ही करत असाल त्यातून आनंद घ्या. एखादं काम सुरू करायलाच आपण खूप वेळ घेतो; पण अनुभव असा आहे की, काम आवडत असेल तर काम वेगानं होतं. बऱ्याच कंपन्या या महत्त्वाच्या गोष्टीकडे दुर्लक्ष करतात याचं मला आश्चर्य वाटतं. यासाठी गुरू, नेतृत्वविकास वर्ग, व्यवसाय मार्गदर्शन पुस्तकं यांचा पूर्णपणे उपयोग होईलच असं नाही. कामच आनंददायी करा. हसतमुख रहा. स्वयंप्रेरणेनं काम करणारे सहकारी निवडा. जबरदस्तीनं आणलेले लोक नकोत.

इमोशनल इंटलिजन्समुळे प्रसिद्ध असलेले डॅनिअल गोलमन यांचं पुस्तक वाचा. त्यातून तुम्हाला वरील गोष्टीला पुरावा देणाऱ्या गोष्टी आहेत. दोन गटांना अवघड काम दिलं होतं. एका गटानं कामाला सुरुवात करण्यापूर्वी त्यासंबंधीची चित्रफीत पाहिली. दुसऱ्या गटानं फॉल्टी टॉवर्स याचा एक भाग पाहिला. पहिला प्रकार हा कंटाळववाणा होता तर दुसरा प्रकार आनंददायी होता. त्यामुळे दुसऱ्या

गटाच्या लोकांनी काम चांगल्या पद्धतीनं पूर्ण केलं.

पुढील प्रश्नपत्रिका सोडवा. तुमचा कल, भावना, सध्याच्या कामासाठी लागणारी कौशल्ये याची स्थिती जाणा.

सत्य जाणा – तुमचं काम तपासा

१. मी जे काम करत आहे त्यातून मला खरोखरच आनंद प्राप्त होतो का?
....

२. मला मिळत असलेल्या पगाराची पर्वा न करता मी हे काम केलं असतं का? ....

३. मी जे काम करतो त्याबद्दल मला अभिमान वाटतो का? ....

४. हे काम यापुढेही आयुष्यभर करायला मला आवडेल का?
....

५. हे काम करण्यास सोमवारीही मी उत्साहात असतो का? ते काम मी नाइलाजानं करतो का? ....

६. हे काम करण्याचा मी निर्णय घेतला होता का? केवळ मी उपलब्ध आहे म्हणून हे काम माझ्याकडे आले आहे का? ....

७. मी जे काम करत आहे त्यात मी सुधारणा करू शकतो का? कामात सुधारणा करण्यासाठी मला काय करायला हवे? ....

८. आव्हानात्मक, महत्त्वाकांक्षी, प्रकल्पावर काम करण्यात मी स्वच्छेने पुढाकार घेतो का? ते काम करण्याचे मी टाळतो का? ....

९. दुसऱ्या कामामध्ये मी अधिक आनंदी राहीन का? असल्यास कोणत्या?
....

१०. माझी संस्था आणि साहेब यांच्याबद्दल मला आदर आहे का?.. नसल्यास का नाही?

११. अभ्यासवर्ग, परिसंवाद अशामध्ये सहभागी होऊन मी माझ्या क्षेत्रातील ज्ञान अद्ययावत ठेवतो का?...

१२. बैठकीमध्ये माझ्या कल्पना मी व्यवस्थितपणे मांडतो का? ....

१३. दुसऱ्यांवर प्रभाव पाडण्यामध्ये मी अधिक चांगला होऊ शकेन का? .....

१४. मी मुलाखत देण्यात अधिक चांगला ठरलो तर माझ्या बढतीची संधी वाढेल का?...

१५. मला आज लॉटरी लागली तर मी उद्या काय करीन? ....
....

वरील प्रश्नांची उत्तरे ही योग्य किंवा अयोग्य अशी असणार नाहीत. फक्त तुमच्या उत्तरावर तुम्ही विचार करा. त्यामुळे उत्तर लिहिताना स्वत:शी प्रामाणिक राहा. तुम्ही सध्याच्या कामामध्ये समाधानी आहात का? त्या कामामध्ये सुधारणा करण्यास काही वाव आहे का हेच पाहायचं.

उत्तराचं मूल्यमापन

प्रश्न क्र. १ ते ५

तुमच्या कामात का मजा येत नाही या बाबतीत हा प्रश्न आहे. प्रत्यक्ष कामासंबंधीचाच आहे. आपल्या पसंतीच्या क्षेत्रात काम करत असू व त्यामध्ये आपली प्रगती होत आहे हे लक्षात आले तर आपला आत्मविश्वास वाढेल. या विभागातील प्रश्नांना नकारार्थी उत्तरे दिली असतील तर तुमच्या कामासंबंधी पुनर्विचार करा. बऱ्याच जणांना असं वाटतं की, काम हे पैसे मिळवण्यासाठीच आहे. परंतु असा विचार केल्यास बुद्धी व प्रेरणा पूर्णत्वानं उपयोगी येत नाहीत. ही गोष्ट खरी की, तुम्हाला घरभाडं भरायचं असतं किंवा गृहकर्जाचे हप्ते भरायचे असतात, तुमच्या घरातील लोकांसाठी खर्च करावयाचा असतो; पण हे करतानाही तुम्ही दुसरं आवडीचं काम केल्यावर तुमच्यातील कौशल्यं व शक्ती यांची पुरेपूर जाण तुम्हाला राहत नाही. या विभागातील पाच उत्तरं नकारार्थी असतील तर लवकरच कामात बदल करायला तुम्ही प्रवृत्त व्हाल.

प्रश्न क्र. ६ ते १०

तुम्ही स्वेच्छेनं काम करत आहात का ते काम तुमच्यावर लादलं गेलं आहे हे या विभागातील तुम्ही दिलेल्या उत्तरावरून ध्यानात येतं. तुम्ही प्रश्न क्र. ६चं उत्तर नकारार्थी दिलं असेल तर विचारपूर्वक कामाची निवड न करता तुम्ही या कामात पडला आहात. त्यामुळे या कामामध्ये तुम्ही आनंदी न राहता सारखे नोकऱ्या किंवा व्यवसाय बदलत राहणार. प्रश्न क्र. ७चं उत्तर होकारार्थी असेल आणि आपल्या कामामध्ये सुधारणा करू असं वाटत असेल तर त्या कामातलं नैपुण्य प्राप्त करा. प्रश्न क्र. ८ हा यशप्राप्तीसाठी काय करायचं हे सांगण्यास उपयुक्त आहे. अन्य लोक जे प्रकल्प स्वीकारण्यास उत्सुक नसतात त्या प्रकल्पावर काम करण्यासाठी पुढे या. त्यामुळे तुमची प्रतिमा ही भव्य दिव्य काम करणारा अशी राहील. प्रश्न क्र. ९चं उत्तर तुम्ही होकारार्थी दिलं असेल व दुसऱ्याच कामामध्ये तुम्हाला अधिक आनंद प्राप्त होणार असेल तर त्या कामाकडे वळण्याची प्रक्रिया आताच सुरू करा. नव्या वातावरणात नवं आव्हानात्मक काम करण्यास

तुम्ही उत्साहानं सुरुवात कराल. आधीचं नैराश्य नाहीसं होईल. प्रश्न क्र. १०मध्ये विचारल्याप्रमाणे जर तुम्हाला संस्थेबद्दल किंवा साहेबाबद्दल आदर वाटत नसेल तर कामात बदल करण्यासंबंधी बोललेलं बरं.

प्रश्न क्र. ११ ते १५

काम अधिक प्रभावशाली होण्यासाठी तुम्ही किती नैपुण्यं वाढवता या संबंधीचे प्रश्न या विभागात आहेत. प्रश्न क्र. ११ला नकारार्थी उत्तर दिल्यास तुम्ही विशेष असणार नाही. तरीही निवडलेल्या क्षेत्रातील आपला कामाचा उत्साह टिकवण्यासाठी ज्ञान अद्ययावत ठेवले पाहिजे. नाहीतर अन्य उत्सुक हुशार लोक तुम्हाला मागे टाकतील. बरेच लोक सभेत बोलायला भितात. त्याबाबतीत जर प्रश्न क्र. १२ला तुम्ही नकारार्थी उत्तर दिलं असेल तर त्यासंबंधीच्या आत्मविश्वासवृद्धीच्या युक्त्या वाचा. तसेच प्रश्न क्र. १३ व १४ हे मुलाखतीमध्ये तुमचा प्रभाव पडण्यासाठी, कौशल्यवृद्धीचा सल्ला देतात. शेवटचा प्रश्न – तुम्ही लॉटरी जिंकलीत तर आहे त्या कामावर काम करत राहाल का? जर उत्तर नकारार्थी असेल तर मग आता तिथे कशाला कामाला राहता?

चार्ल्स हँडीचे अलीकडचे एक पुस्तक मी वाचत होते. पुस्तकातील तिसऱ्या भागातील विचार वाचून मी थबकले. त्याच्या बायकोनं त्याला प्रश्न केला की, त्याच्या कामाबद्दल त्याला अभिमान वाटतो का? त्यानं उत्तर दिलं होतं, 'काम चाललेलं आहे. त्यावरून ठीक आहे असं वाटतं.' यावर त्याच्या बायकोचे विचार पाहण्यासारखे आहेत. 'बरं चाललंय, ठीक आहे.' असं म्हणणाऱ्या बरोबर उरलेलं आयुष्य घालवावं वाटत नाही.

आपण बऱ्याच वेळा दुसऱ्या किंवा तिसऱ्या दर्जाच्या चांगल्या कामाशी जुळवून घेतो. त्यामुळे काही वेळा काम सोडून दिलेलं चांगलं. आपण वेगळ्या क्षेत्रात प्रकाशात येऊ शकतो. एखाद्याला तुम्ही त्याच वातावरणात नेहमीच जवळ पाहत असता तेव्हा त्यातील शक्तीचा अंदाज आपणास येत नाही. नव्या वातावरणात आपल्यालाच आपण नव्या स्वरूपात पाहू शकतो. आपल्यातील नैपुण्य ध्यानात येतं.

आपल्याच कंपनीत कामात बदल करून घ्या. बढतीसाठी प्रयत्न करा. नवी आव्हानं स्वीकारा. जुन्या सवयी बदला. स्वत:चा नवा व्यवसाय सुरू करा. हे सारे बदल घडण्यास आत्मविश्वास प्राप्त करण्याच्या युक्त्या शिकल्या पाहिजेत.

त्वरेनं कामात बदल

तुमच्या शक्तिस्थानांची एक यादी दोन मिनिटांत तयार करा. तुमच्या कंपनीसाठी

किंवा कामासाठी कोणती कौशल्यं तुम्ही वापरू शकता? हे करताना तुम्हाला अडखळल्यासारखं होतंय का? मग तुमच्या मित्रांची मदत घ्या. त्यांना एम १५ गट बनविण्यास मदत करायला सांगा. हा गट गुप्तपणे तुमच्यामधील दडलेल्या गुणांना बाहेर काढतो. नव्या कल्पना देतो. खरी खरी मतं सांगतो. राजकीय पेचप्रसंगात मदत करतो. त्यामध्ये तुमच्या कामाचाही समावेश होतो.

आता तुमच्यातील कमतरता लिहा. तुमच्यातील शक्तिस्थानं कमतरतांपेक्षा जास्त आहेत का? ती असायला हवीत. नसल्यास शक्तिस्थानांच्या यादीत भर घाला. 'फास्ट ट्रॅक टू द टॉप' या माझ्या नव्या पुस्तकासाठी मी ८० मुख्य कार्यपालकांच्या मुलाखती घेतल्या, तेव्हा असं लक्षात आलं की, त्यांची शक्तिस्थानं त्यांना लगेच सांगता आली. कमतरता मात्र फारच थोड्या होत्या. ते म्हणाले, की सर्वांमध्ये नेता होण्यासाठी सर्वच गुण असू शकत नाहीत. प्रत्येकाला स्वत:लाच कळत असतं की, कोठे तुम्ही चांगल्या पद्धतीनं काम करू शकाल व तुमच्यामधील कमतरता भरून काढायला कोण मदत करेल.

मी एका कार्यशाळेत बोलत होते. एकाच व्यवसायातील पण विविध प्रकारची व्यक्तिमत्त्वं असलेली माणसं त्यामध्ये सहभागी होती. प्रत्येक प्रकारच्या कामाला वेगळ्या आवडीची माणसं लागतात. बँकिंगसाठी वेगळ्याच प्रकारचा माणूस लागतो. जाहिरात विभागाला वेगळ्या आवडीचा माणूस हवा. बँकिंगसाठी आकडेमोडीत, पृथक्करणात रस असलेला माणूस हवा तर जाहिरात विभागात क्षितिजापलीकडे पाहणारा निर्मितीक्षम माणूस हवा. आपण जेव्हा सांगत असतो तेव्हा ते दुसऱ्यास कसं भासतं याचा विचार करायला हवा हे महत्त्वाचं.

माझं बोलणं झाल्यावर एक इन्व्हेस्टमेंट बँकर बाई माझ्याकडे त्वरेनं आल्या. त्यांना निर्मितीमध्ये चांगले गुण मिळाले होते आणि संघटन कौशल्यात कमी गुण मिळाले होते. बँकेच्या वातावरणात, सदैव लोकांच्या गराड्यात तिच्या गुणांना कमी वाव होता.

मग चला तर. आपल्या शक्तिस्थानांचा लाभ घ्या. कमतरता कमी करा. यासाठी योग्य ती कौशल्यं प्राप्त करा. आपल्या संघामध्ये आवश्यक कौशल्यं असणारी माणसं भरा.

स्वयंसेवक प्रयोग...

आपण एकच काम अनेक वर्षं करत राहिलो हे आपल्या लक्षातच आलं नाही. परंतु आता तुम्ही हे पुस्तक खरेदी केलंय. आता तुम्ही प्रगती कराल. तुमच्या कामाचा प्रभाव पाडाल. मी व्यवसायातील उच्चपदस्थ नेत्यांच्या मुलाखती घेतल्या.

ते यशस्वी कसे झाले ते समजून घेतलं. त्यांनी त्यांच्या कामाला वाहून घेतलं होतं. प्रगतिशील परिणाम दाखवले होते. तुम्ही तेच करू शकाल.

स्वयंसेवक म्हणजेच स्वयंप्रेरक होण्यासाठी...

- ✦ आपण काही खास करून दाखवू शकतो असं एखादं तरी काम स्वीकारा. अशी एखादी कंपनी असू शकेल की जेथे नेतृत्व बरोबर नाही, व्यवसायाचे निकाल समाधानकारक नाहीत व कंपनी पुढे येऊ शकली नाही किंवा बाजारात एखाद्या सेवेची गरज आहे.
- ✦ तुमच्या कल्पना मांडा.
- ✦ तुमच्या वेळेपैकी काही वेळ स्वेच्छेनं त्यासाठी द्या.
- ✦ ठरावीक वेळेत काम पुरं करा.
- ✦ तुमचे निकाल मांडण्याची तयारी ठेवा.

मुलाखती

आपल्याला बढती हवीय ना? मग मुलाखत आत्मविश्वासपूर्वक दिली पाहिजे. मुलाखतीचं व्यवस्थापन करण्यात बऱ्याच कंपन्या मात्र फारच कमी पडतात. काही वेळा मुलाखत घेणाराच एवढं बोलत असतो की उमेदवाराची माहिती तरी पूर्णपणे कशी कळणार? खरं सांगायचं तर त्यांना उमेदवार जाणताच येत नाही. चांगल्या नसलेल्या कंपन्या समान गुणांची माणसं निवडतात. त्यांच्यासारखी माणसं त्यांना हवी असतात. ती कंपनीमध्ये रुळली म्हणजे झालं.

त्यासाठी तुम्हीच कंपनीची माहिती काढा. सध्या त्या कंपनीत काम करत असलेल्यांना तसंच पूर्वी काम करत होते अशा लोकांना कंपनीबद्दल विचारा. कंपनीची खरी स्थिती समजून घ्या.

प्रस्थापित काम स्वीकारणं चांगलं असा दृष्टिकोन ठेवू नका. तसंच भविष्यात मिळणाऱ्या स्वप्नातील दोन कामांपेक्षा हातातील एक काम बरं असंही समजू नका.

कंपन्यांचा शोध घेण्यास सुरुवात करताना संडे टाइम्स पहा. त्यात चांगल्या कंपन्यांची नावं दिलेली असतात. तुम्हाला जुनी, प्रस्थापित कंपनी आवडेल. परंतु तुम्ही त्यात प्रवेश केलात की तुमच्या अपेक्षा वाढतील. परंतु अपेक्षा पूर्ण झाल्या नाहीत व तुम्हाला प्रोत्साहन मिळालं नाही तर मग अगदीच सामान्य स्तरावर काम करावं लागेल. मग 'मिळेल ते काम स्वीकारा' अशा सापळ्यात अडकाल. 'मी आता तर काम स्वीकारतो व मग सोडतो' अशी स्थिती येईल. दहा वर्षांनंतरही हीच स्थिती राहण्याची भीती आहे.

मानसशास्त्रीय परीक्षा

काही जणांना मानसशास्त्रीय परीक्षांची फार भीती वाटते. वास्तविक या परीक्षांमुळे उमेदवाराचे व्यक्तिमत्त्व मुलाखत घेणाऱ्यास समजते. कौशल्यं कोणती आहेत हेही कळतं. त्या कंपनीच्या कामासाठी ती योग्य आहेत ना हे पडताळून पाहता येतं.

याबाबतीत काही मार्गदर्शक गोष्टी आहेत. त्या ध्यानात घ्या म्हणजे मुलाखतीवर तुमची घट्ट पकड बसेल.

पाच मानसशास्त्रीय परीक्षा तत्त्वे

१. जे तुमच्यामध्ये नाही ते आहे असं भासवण्याचा प्रयत्न करू नका. तुम्ही खोटं बोलत असाल किंवा चुकीच्या पद्धतीनं तुम्हाला दाखवण्याचा प्रयत्न करत असाल तर ते त्या परीक्षेत उघडकीस येतं. कारण त्या परीक्षांची निर्मिती शास्त्रीय दृष्टीनं केलेली असते. यापेक्षा महत्त्वाचं म्हणजे तुम्हाला जे जमत नाही ती नोकरी तुम्ही घेण्याचा प्रयत्न कशाला करता?
२. मानसशास्त्रीय परीक्षेच्या निकालाची प्रत मागा. लिखित अहवालावर तुमचं मत मांडण्याचा तुम्हाला अधिकार आहे. तो रिपोर्ट म्हणजे तरी काय असतं? त्यामध्ये आकडेच असतात. बहुतांशी ते संगणकानं दिलेले असतात.
३. मुलाखतीमध्ये अशा रिपोर्टना किती गुण आहेत हेही तुम्ही विचारू शकता. त्यामुळे या परीक्षेचं मुलाखतीमध्ये किती महत्त्व आहे हे तुम्हाला कळतं. कंपनी चांगली असेल तर ते सांगतात की, या रिपोर्टमुळे उमेदवाराला योग्य प्रश्न विचारायला मदत होते. त्यापेक्षा अधिक महत्त्व जर ते देत असतील तर परीक्षेचा योग्य तो उपयोग होत नाही असं समजावं. या परीक्षा मार्गदर्शन म्हणून वापराव्यात. त्या काही औषधाच्या गोळ्या नव्हेत.
४. मानसशास्त्रीय परीक्षा नीटपणे वापरली नसल्यास व तुम्हाला त्या परीक्षा-पेपराचं नाव ध्यानात असेल तर तुम्ही ती परीक्षा तयार करणाऱ्या कंपनीस तुमचं मत कळवू शकता.
५. अशा अनेक सराव परीक्षा द्या. त्यामुळे प्रत्यक्ष परीक्षेच्या वेळी गडबड होणार नाही. खरंतर अशा परीक्षा देणं मजेशीर असतं. उमेदवार कशा प्रकारचा आहे हे त्वरेनं कळू शकतं. कंपन्यांनी अशा परीक्षांचा वपर वरचेवर करावा. चांगली कंपनी अशी परीक्षा अतिशय हुशारीनं वापरत असते.

मुलाखतीची तयारी

मुलाखतीच्या वेळी तुमचा आत्मविश्वास कसा वाढवावा, त्यासाठी तयारी कशी करावी हे पाहू या.

संशोधन

ज्या कंपनीमध्ये नोकरी करायची आहे ती कंपनी केवळ जुनी आहे म्हणून स्वीकारणं योग्य होणार नाही. त्यांची जाहिरात आली आहे म्हणून अर्ज केला असं करू नका. त्या कंपनीची नीट माहिती काढा. ती कंपनी सध्या निश्चित काय काम करते याचा शोध घ्या. त्यांची पुढील माहितीही घेणं अधिक चांगलं.

- ✦ व्यवसायाचा बाजारातील हिस्सा.
- ✦ त्यांचं कार्यक्षेत्र
- ✦ कंपनीचे प्रमुख कोण आहेत.

वर्तमानपत्रातील व्यवसाय पुरवण्यांप्रमाणेच कंपन्यांच्या वेबसाइट्सही भरपूर माहिती पुरवतात. ते वाचा व त्याचा उल्लेख सहजपणे तुमच्या मुलाखतीमध्ये करा.

मी मुलाखती घेताना मला माझ्या व्यवसायाबद्दल सांगावं लागायचं. काही वेळा ती स्वत:ची स्तुती होते. अशा ठिकाणी त्या उमेदवाराला आमंत्रित केलंय हेही त्याला महत्त्वाचं वाटतं.

उमेदवारानं स्वत:बद्दलही अधिक माहिती मिळवत राहावं. काही वरिष्ठ अधिकारी त्यांच्या कर्तृत्वामुळे सातत्यानं वरच्या पदावर जात राहतात. संचालक मंडळापर्यंत पोहोचतात. त्यांना त्यांची सध्या बाजारातील मागणी काय आहे हे जाणून घ्यावं वाटतं. ते ती वेगवेगळ्या कंपन्यांशी संपर्क साधून काय 'पॅकेज' सध्या मिळू शकतं हे पाहतात. हे ते मनात ठेवतात व मग पुढच्या अंतर्गत बढतीच्या मुलाखतीसाठी जातात. त्यामुळे त्यांचा आत्मविश्वास वाढलेला असतो. काही जण दरवर्षी त्यांची बाजारातील पात्रता ठरविण्याचा हा प्रयोग करत राहतात. त्याना त्यांचा बाजारातील भाव समजल्यावर ते अडकून राहत नाहीत.

प्रश्नोत्तरांची तयारी आधीच करा

कोणत्या प्रकारचे प्रश्न विचारले जातील याची तुम्हाला आधीच कल्पना असते. त्यामुळे मुलाखतीच्या वेळी गाडीच्या उजेडात गांगरून गेलेल्या उंदरासारखी आपली अवस्था होता कामा नये. तुम्ही सोडून दुसऱ्या कोणास नोकरीत न घेता तुम्हालाच का घ्यावं असा प्रश्न विचारला तरी हरकत नाही. तुमच्याकडे उत्स्फूर्तपणे देण्यासारखं उत्तर तयार असतंच. त्यासाठी काही प्रश्नांची उत्तरं आधीच तयार

करून ठेवा. यासाठी पुढील गोष्टींचा तुम्हाला उपयोग होईल.

१. माइंडमॅपचा वापर कसा करायचा हे शिका

याबाबत माहिती नसेल तर ती मिळवा. टॉनी बुझानचे 'द माइंड मॅप बुक' विकत आणा व त्यातील सूचनांचे पालन करा. ज्यांना याबद्दल माहिती मिळालीय त्यांनी त्याचा वापर करण्यास सुरुवात करावी.

त्याचे अनेक प्रकारचे फायदे आहेत. माइंड मॅपिंग हे वेगवान माध्यम आहे. तुमची सर्व प्रश्न आणि उत्तरं एका पानात बसू शकतात. ते हवं तसं वापरता येतं. त्यामध्ये लवचीकता आहे. आपलं मन जसं काम करतं तशी त्यात नोंद होते. त्यामुळे त्यातील माहिती तुमच्या पुढ्यात तयार मिळते.

आता आपल्या या प्रयोगात गोलाच्या मध्यावर 'तुम्ही' ही अक्षरं लिहा व घड्याळाच्या आकड्यांप्रमाणे एकपासून सुरुवात करून मोठ्या अक्षरात एक एक प्रश्न लिहा. आता पुढील प्रयोगांसाठी तुमची तयारी झाली.

२. प्रत्येक प्रश्नाला चार उत्तरे लिहा

एक उदाहरण पाहू या. तुम्हाला एक प्रश्न विचारलाय. 'तुमचे साहेब तुमचं वर्णन कसं करतील?' तुम्ही म्हणाल, 'भरपूर काम करणारा, नव्या कल्पना सुचणारा, प्रश्नांची सहजतेनं उकल करणारा, संकट काळातही मन स्थिर ठेवून विचार करणारा.' तुमची सारी शक्तिस्थानं सांगाल. त्यातील किमान चार तरी सांगाच. अर्थात ते चांगले गुणच असले पाहिजेत. कमतरतांच्या बाबतीत आपण नंतर पाहू या.

३. उदाहरणे द्या किंवा घटना अभ्यासासाठी मांडा

प्रश्नांची उकल करण्यात निष्णात आहे असं केवळ म्हणण्यात अर्थ नाही. त्याबद्दल उदाहरण दिलं पाहिजे. तुमच्यावर मी विश्वास का ठेवावा? मला विश्वास ठेवायला आवडेल; पण त्यासाठी पुरावा द्या. त्यासाठी तुम्हाला भावणारे प्रसंग निवडा. ते मांडा. या घटना तुमचं नैपुण्य दाखविणाऱ्या असाव्यात. तुमचं कर्तृत्व त्यातून दिसलं पाहिजे.

एका टीव्ही कार्यक्रमात मी माजी खासदारासमवेत होते. एकंदरीत माजी खासदारांचं पुढे काय झालं हा विषय होता. तो माजी खासदार निवडणुकीत पराभूत झाला होता व नोकरीच्या शोधात होता. त्याला कोठेही नोकरी मिळत नव्हती. मी त्यांच्या माहितीचा कागद पाहिला आणि त्यांना नोकरी का मिळत नाही, याचं कारण माझ्या लक्षात आलं. मी त्यानंतर त्याची मुलाखत घेतली.

नोकरीच्या अर्जासोबत त्यानं जी माहिती पाठवली होती, त्यामध्ये त्यानं

कोणकोणत्या समित्यांवर काम केलं हे लिहिलं होतं. परंतु या समित्यांनी खरंच काय काम करून दाखवलं याचा उल्लेख नव्हता. तेव्हा एक लक्षात ठेवा, फक्त कार्यक्रम किंवा प्रकल्प उपयोगाचा नाही. त्यातून काय निष्पन्न झालं आणि यश प्राप्त झालं हे महत्त्वाचं आहे.

४. तुमची उत्तरं ठरविताना पुढे दिलेल्या खास अशा प्रश्नांचा वापर करा

सुरुवात कशी कराल.

- ✦ तुमच्या वैयक्तिक माहितीबद्दल माझ्याशी बोला.
- ✦ आतापर्यंत तुमच्या नोकरीमध्ये महत्त्वाच्या कोणत्या गोष्टी घडल्या?

निवडक अशा महत्त्वाच्या गोष्टी मांडायच्या. हे लक्षात ठेवा. मधल्या काळातील छोट्या गोष्टी सोडून द्या. मुलाखत घेणाऱ्याला तुमच्या आयुष्यातील महत्त्वाच्या गोष्टी जाणून घ्यायच्या असतात. तुम्ही कशामुळे यशस्वी झालात हे पाहायचं असतं. तेवढंच सांगा. मला एक मुलाखत द्यायला आलेली महिला आठवते. तिनं या सुरुवातीच्या प्रश्नांचं महत्त्व जाणलं नव्हतं. ती अधेमधे न थांबता अर्धा तास सुपरफास्ट रेल्वेप्रमाणे सुसाट बोलत सुटली. तेव्हा तोंडाचा पट्टा आवरा.

पुढील गोष्टींकडे लक्ष द्या

- ✦ कंपनीच्या व्यवसायात, नफ्यात काही वाढ करून दाखवली का?
- ✦ व्यक्ती व गट यांच्याशी कसं जमवून घेतलंत?
- ✦ गुणवत्तेत केलेली वाढ.
- ✦ वेळेत काम पूर्ण कसं केलंत?
- ✦ कर्मचाऱ्यांची गुणवत्ता कशी वाढवलीत?
- ✦ भांडणं, संकटं कशी टाळलीत?
- ✦ पूर्ण केलेले प्रकल्प

अनुभव :

- ✦ आतापर्यंत तुम्ही काय काम करून दाखवलेत?
- ✦ किती व्यवसाय वाढवाल?
- ✦ सध्याची कंपनी का सोडताय?

तुम्ही सकारात्मक वृत्तीवर भर द्या. विशेषत: शेवटच्या प्रश्नाच्या बाबतीत तरी होकारात्मक दृष्टिकोन ठेवा. तुम्ही मागील कंपनीला नावं ठेवायला सुरुवात कराल तर मुलाखत घेणाऱ्याच्या मनात तुमच्याबद्दल चांगलं मत बनणार नाही. नोकरीत पुढील टप्प्याकडे वळण्यापूर्वी अधिक जबाबदाऱ्या, नवी आव्हानं याकडे अधिक

लक्ष द्या.

शिका – भूतकाळ आणि वर्तमानकाळ

- ✦ तुमचं शिक्षण आणि नोकरी हे जुळणारं आहे का?
- ✦ तुमच्या क्षेत्रात अद्ययावत राहण्यासाठी तुम्ही काय करता?
- ✦ सध्या कोणते अभ्यासक्रम तुम्ही पूर्ण केलेत?

तुमच्या शिक्षणाचा तुम्ही या नोकरीसाठी वापर कसा करत आहात हे जाणून घ्यायला मालक उत्सुक असतो. तुम्ही कामात प्रगती करणारे आहात ना हे त्यांना समजून घ्यायचे असते. मग ते तुमच्या क्षमतेचा पूर्ण वापर करू शकतात.

लोकांमधील कौशल्ये

- ✦ तुमच्यामुळे कोणावर प्रभाव पडला आहे का? असं एखादं उदाहरण द्या.
- ✦ एखादा काम करायला नाखूश होता. त्याला तुम्ही कसं समजावून दिलंत व कार्यप्रवृत्त केलंत?
- ✦ तुमच्या हाताखालील लोकांना तुम्ही कार्यप्रवृत्त कसं करता?
- ✦ माझ्यावर प्रभाव पाडण्यासाठी तुम्ही काय कराल?

लोकांबरोबर काम करताना घडलेल्या यशस्वी गोष्टींची उदाहरणे तयार ठेवा. प्रसंग आठवत नसतील तर मित्रांना आणि सहकाऱ्यांना विचारा. नेहमी इतरांना आपल्या यशोगाथा कशा आठवतात याचं मला नेहमी आश्चर्य वाटतं. विशेषत: आईला मुलांबद्दलच्या चांगल्या गोष्टी आठवतात. नाहीतर आम्ही बऱ्याच वेळा आमचं अपयश सांगत बसतो.

शेवटचा प्रश्न जरा अवघड आहे. तुमची मुलाखत घेणारा हा निष्णात आहे. त्यामुळे घाबरून जाऊ नका. त्यांची देहबोली पहा. ती सकारात्मक आहे का नकारात्मक? त्यानी तुमच्याकडे पाहून स्मितहास्य केलं का नजर चुकवली? तुम्ही कसा प्रतिसाद देता हे ते पाहत असतात.

तणावाखाली काम करण्याची क्षमता

- ✦ तणावाखाली असताना तुम्ही कितपत जागरूक असता?
- ✦ तणाव कमी करण्यासाठी तुम्ही काय करता?
- ✦ अपयशातून तुम्ही स्वत:ला कसे सावरता?
- ✦ यापूर्वी इतरांमध्ये तुम्ही तणावाची कोणती लक्षणे पाहिली आहेत?
- ✦ तुमची तब्येत कशी आहे?

मुलाखत घेणारा हा तुम्ही कठीण काळात, पीछेहाट झाली असताना आणि वेळेत काम पूर्ण करावयाचे असते तेव्हा कसे वागाल हे पाहत असतो. त्या वेळी

तुम्ही सकारात्मक आणि कार्यरत राहाल ना हे अजमावत असतो.

छंद आणि विरंगुळ्याची साधने

- ✦ तुमचे छंद कोणते ?
- ✦ हल्ली वाचलेलं पुस्तक कोणतं? हल्ली कोणता चित्रपट पाहिलात?
- ✦ साप्ताहिक सुट्टीत तुम्ही काय कराल?
- ✦ तुम्ही कोणता खेळ खेळता?
- ✦ कलाक्षेत्राची तुम्हाला कितपत आवड आहे?

सतत कामात व्यग्र असणं आणि खेळामध्ये अजिबात रस नसणं यामुळे तुम्ही दुर्मुखलेले वाटता. संस्थांना अष्टपैलू व्यक्तिमत्त्वाची माणसं हवी असतात. ती सर्व प्रकारच्या लोकांशी संबंध ठेवू शकतील. विशेषत: ग्राहकांशी बोलताना याचं महत्त्व अधिक असतं. मुलाखत घेणाऱ्याला तुम्ही कामावर जाता, रोज झोपता, साप्ताहिक सुट्टीत मजा करता असल्या नेहमीच्या क्षुल्लक गोष्टी ऐकण्यात रस नसतो. असं असेल तर नव्या कामावरही हेच होणार. तुमच्या खास गोष्टी सांगा.

कमतरता आणि मर्यादा

- ✦ तुमच्या कमतरता कोणत्या?
- ✦ तुम्हाला प्रकल्पावर अपयश केव्हा आलं होतं?
- ✦ कोणकोणत्या आव्हानात्मक परिस्थितीला तुम्ही तोंड दिलं होतं?

खरं सांगा : प्रत्येकात कमतरता असतात. परंतु मुलाखत घेणाऱ्याला हे जाणायचं असतं की मर्यादांवर तुम्ही कशी मात केलीत? तुमचं काम कसं यशस्वी केलंत.

शेवटच्या प्रश्नावर तुम्हाला चांगला प्रसंग सांगता आला पाहिजे. त्यामुळे सुखद समारोप झाला पाहिजे.

५. तुमच्यामधील खास आकर्षित करणारे गुण जाणा.

तुमच्यात विशेष काय आहे ते लक्षात घ्या. तुम्हाला घेतल्यावर या कंपनीला काय लाभ होणार आहे, तुम्हाला तुमच्यामधील चांगल्या गुणांची जाणीव आहे ना हे मुलाखतकाराला पाहायचं असतं. आता या प्रकरणाच्या सुरुवातीच्या प्रयोगाकडे पुन्हा पहा. तुमचे आवडते शक्तिस्थान यादीतून निवडा. एम १५ गटात ते तपासून घ्या व ही निवड बरोबर आहे ना पहा.

मुलाखतीच्या वेळी

मुलाखतीच्या वेळी मन स्वस्थ ठेवावं. तणाव असू नयेत. अर्थात तुम्ही कशाची पर्वा करत नाही आणि बेफिकीर आहात असंही दिसता कामा नये. तुम्ही शांत चित्तानं व उत्साहानं मुलाखतींस सामोरं जायला हवं.

तुम्ही आरामात असाल तर सर्व गोष्टी जमून येतात. तुमच्या विचारांशी तुमची देहबोली जमून येते. तुमचं म्हणणं मुलाखतकाराला पटवून देणारं होतं. मनातली काळजी बाहेर दिसत नाही. मन:शांतीसाठी मात्र थोडे प्रयत्न करावे लागतात.

'सर्व अंडी एका टोपलीत ठेवू नका' हे पूर्वीचं तत्त्व इथे उपयुक्त ठरतं. एकूण कामाची विभागणी छोट्या-छोट्या प्रक्रियेत करा. त्यामुळे तुम्हाला हवं असलेलं काम वेगळं असं पडणार नाही. त्याबद्दल तुमची काळजी वाढणार नाही. माझा असा अनुभव आहे की, मला नको असलेल्या कामाच्या बाबतीत माझी मुलाखत चांगली होते. मग ती कंपनी कामावर रुजू होण्यासाठी माझ्यामागे लागते. याउलट हव्या असलेल्या कामाबाबत कंपनी फारशी दखल घेत नाही.

यासाठी एक माइंड गेम – मनाचा खेळ आहे. तुम्हाला कामावर घेण्यासाठी प्रस्ताव दिलाय असं चित्र डोळ्यांपुढे आणा. नव्या कार्यालयात आपण रुबाबात खुर्चीत बसलोय असं समजा. आता ही नोकरी मला मिळणारच. आता फक्त मधला एक टप्पा राहिलाय. तो म्हणजे मुलाखतीचा.

मग मुलाखत डोळ्यांसमोर आणा. तुमचं येणं आणि आत्मविश्वासानं येऊन बसणं हे पहा. मग दालनात प्रवेश केलाय. शांतपणे मुलाखत घेणाऱ्यांकडे पाहताय. पहिला प्रश्न काय विचारणार याचा अंदाज घ्या. त्याचं उत्तर ठरवून टाका. त्या प्रश्नाचं उत्तर तुम्ही छानपैकी दिलंय. मग तसाच प्रतिसाद इतर प्रश्नांनाही मिळणार. मुलाखतीच्या या सर्व प्रकारानं तुम्ही आनंदित झालाय. काही प्रश्नांच्या उत्तरांची तुम्ही तयारी केलीय. इतर प्रश्नांना उत्तर देताना थोडा विचार करावा लागतोय; परंतु तुम्ही प्रामाणिकपणे उत्तरं देताय. ती सकारात्मक आहेत. ती उत्तरं तुम्हाला आवडल्याचं तुमच्या चेहऱ्यावर दिसतंय. मुलाखत संपलीय. आतापर्यंतच्या मुलाखतीत ही मुलाखत चांगली झालीय असं तुम्हाला वाटतंय. तुम्हाला नोकरी मिळणार याची तुम्हाला खातरी वाटतीय. त्यांनी तुमच्याशी हस्तांदोलन केलंय. तुमच्या मुलाखतीवर ते खूश असल्याचं सांगताहेत.

प्रत्येक टप्प्यावर तुमचं प्रभुत्व तुम्ही अनुभवताय. एक लक्षात घ्या. हे काही काल्पनिक नाही. मुलाखत घेणाऱ्यांची एक गरज आहे आणि ती तुम्ही भागवत आहात. तुम्ही यशाचं ध्येय डोळ्यांपुढे आणता तेव्हा ते पूर्ण होण्याकडे वाटचाल सुरू होते. तुम्ही आता फक्त तिथे आधी उपस्थित झालेले असता.

हे कसं काय घडतं? आपल्या मेंदूला सूचना मिळतात. त्या केवळ आपण काय पाहतो, ऐकतो यावर अवलंबून नसतात, तर आपल्या कल्पनांचाही स्वीकार मेंदू करत असतो. अनेक संशोधनांनंतर असं सिद्ध झालंय की, मेंदू हा सत्य सृष्टीतील गोष्टी आणि अंतर्गत गोष्टी यामध्ये फरक करत नाही. त्यामुळे यश मनामध्ये आणणं हे यशाचा मार्ग दाखवते.

देहबोली मार्ग

मुलाखतीच्या वेळी तुम्ही उत्साहात दिसला पाहिजे. चांगला सूट घालणे, हस्तांदोलन, स्मितहास्य या साऱ्या गोष्टी तुम्हाला माहीत आहेतच. त्याबरोबर तुम्हाला या कामात आणि कंपनीत येण्यात खूप आनंद वाटतोय हे दाखवलं पाहिजे. काही जण आपण मुलाखतीच्या वेळी खूप आरामात आहोत असं दाखवायचा प्रयत्न करतात. त्यामुळे ते खुर्चीत मागे टेकून बसतात. याचा परिणाम म्हणजे उत्साह दिसत नाही. मुलाखत देणाऱ्याला आतून आरामदायी वाटतही असेल; परंतु मुलाखत घेणाऱ्याला हा बेफिकीर माणूस आहे काय असा संशय येऊ शकतो. त्यामुळे तुम्हाला जो प्रभाव पाडावयाचा आहे ते जमत नाही.

त्यासाठी बसल्यावर थोडं पुढे झुका. हाताची कोपरे टेबलावर टेकलेली राहू दे. बोलताना भावनापूर्ण शब्द येऊ देत. चेहऱ्यावर स्मितहास्य राहू दे. ऐकताना मानेनं होकार दाखवा. तुम्ही उत्साही असाल तर हे सारं निसर्गतःच होतं. मुलाखतही अगदी स्वाभाविकपणे होते; परंतु या गोष्टी मुलाखतीच्या वेळी होणं आवश्यक असतं. मग वेळ पडली तर याचा घरी आधी सराव करा. मुलाखत प्रभावी करा.

मुलाखतीनंतर

एकदा का नोकरी मिळाली की मग 'मुलाखतीनंतर' या विषयाची कोण पर्वा करतंय? परंतु नोकरीसाठी निवड झाली नाही तर ती का झाली नाही याची कारणं जाणून घ्या.

कंपनीला पुढील प्रश्न विचारा. त्यांना या प्रश्नांची उत्तरं द्यायची नसतील तर ते तसं सांगतील; परंतु तुम्हाला जी उत्तरं मिळतील ती मौल्यवान असतील. त्यांचा उपयोग भावी यशप्राप्तीसाठी होणार आहे.

मुलाखतीनंतरचे प्रश्न

✦ मला नोकरी का मिळू शकली नाही?

त्याचे तपशील :

✦ माझं शिक्षण कमी पडलं का?

- ✦ या समूहात सामील होण्यालायक माझं व्यक्तिमत्त्व नाही का?
- ✦ अनुभवामध्ये मी कमी पडत होतो का?

नंतर :

- ✦ मला ही किंवा अशीच दुसरी नोकरी प्राप्त होण्यासाठी मी काय करायला हवं?

चांगली कंपनी तुम्हाला उत्तर द्यायला वेळ लावेल. वाईट कंपनी तुमच्याकडे दुर्लक्ष करेल. मुलाखतीवर फार अवलंबून राहू नका. मी शिकवलेल्या कित्येक उमेदवारांना असं सांगण्यात आलं होतं की, तुम्हाला अजून चांगलं ज्ञान हवंय. अशा लोकांना पुढे अधिक चांगल्या नोकऱ्या मिळाल्या. तुमचा प्रभाव काय पडला हे प्रतिक्रिया परीक्षेत (Feed back reality Test) कळतं. वाईट काय झालं याची कल्पना करण्यापेक्षा त्यातून सत्य अधिक समजतं.

नेटवर्किंग – ओळखीपाळखी

मित्राच्या व परिचयाच्या लोकांच्या ओळखींमुळे अनेकदा नव्या नोकऱ्या मिळतात. बरेच जण एकदम नव्या माणसांपेक्षा परिचयाच्या माणसाला नोकरी देणं पसंत करतात. त्यामुळे आपल्याला जास्तीत जास्त किती धोका असू शकतो याचा अंदाज येतो.

तुम्ही या ओळखीतून काम मिळवण्याचा प्रयत्न करत असाल तर तुमच्याबद्दल काय मत होईल याचा विचार करा. तुम्ही तुमचे गुण जरूर सांगा. परंतु घेणाऱ्यांना तुमच्यामुळे विवंचना पडता कामा नये, की आता याला या कंपनीत कसं सामावून घ्यायचं. पुढील घटनेवरून योग्य तो बोध घ्या.

मी माझ्या पुस्तकाचा – 'कॉन्फिडन्स इन जस्ट सेव्हन डेज' करार करण्यासाठी ऑक्स्फर्ड स्ट्रीटवर गेले होते. तिथे काही विद्यार्थी जमले होते. आत्मविश्वास व स्वयंप्रेरणा या विषयावरील संशोधनाबद्दल एका जर्मन विद्यार्थिनीनं प्रश्न विचारला. नंतर मी माझ्या विषयाचं सादरीकरण केलं. त्यानंतर ती मला भेटायला आली. तिला माझ्या कंपनीमध्ये काम हवं होतं. ती बोलत असताना माझ्या लक्षात आलं की, तिच्या छातीशी काही हालचाल होते आहे. तिनं एक टी-शर्ट घातलेला होता. मला काही त्याकडे निरखून पाहायचं नव्हतं. मी त्याकडे दुर्लक्ष केलं. तरीही माझ्या लक्षात आलंच की, तिथे हालचाल होतेच आहे. मला तिला सांगावं वाटलं. हिच्या शर्टच्या आत चुकून काही गेलं असावं का असं वाटलं. तिला त्याची कल्पना आहे का? पण तिला माहिती नाही हे कसं शक्य आहे? मी सहजपणे तिथं काही आलंय असं सुचवायचा प्रयत्न केला. तर आनंदाने तिने पाळीव उंदीर पाळला असून त्याचं

नावं स्नोवी आहे असं सांगितलं! फिरायला जाताना त्याची बसण्याची ही चमत्कारिक जागा असल्याचंही सांगितलं. त्याचीच त्या स्नोवीला ही सवय झाली असावी!

दुसरे दिवशी तिचा फोन आला. तिने ओळखलं ना हे विचारलं. काम मिळेल का याची चौकशी केली. मी माझ्या सहकाऱ्यांशी चर्चा केली. आपल्या छातीवर उंदीर ठेवणाऱ्या या मुलीला नोकरी न देण्याचा निर्णय झाला.

तिला नोकरीसंबंधी चौकशी करण्याचा अधिकार होता. माझ्याही ती चांगलीच लक्षात राहिली होती. पण ध्यानात असू द्या आपल्याबद्दल स्मरण हे राहतंच. त्यावर कामाचं भवितव्य अवलंबून असतं.

मीटिंग, मीटिंग, मीटिंग!

वरच्या हुद्द्यावर जायचं म्हटलं की, मुलाखतीचा राक्षस मध्ये आलाच. दुसऱ्या कंपनीत जायचं म्हटलं तरी मुलाखत आलीच; परंतु जिथे तुमचं खरं मोजमाप होतं ते ठिकाण म्हणजे मीटिंग. तिथे तुमचं योगदान समजतं. अध्यक्ष म्हणून तुमचं कर्तृत्व लक्षात येतं.

आपण मीटिंगमध्ये कामातला खूप वेळ घालवतो. एकानं त्याचा पैशात हिशोब केला. तो खर्च फार मोठा होता. हे ध्यानात घेता मीटिंग बोलवण्याचं कारण महत्त्वाचं असावं. त्यासाठी योग्य लोक बोलवावेत. मीटिंगला वेळेची मर्यादा असावी. त्या बैठकीत जान असावी. आलेल्या लोकांना प्रोत्साहन मिळणारी अशी ती मीटिंग असावी. त्याचा परिणाम म्हणून त्यांनी कामाला लागलं पाहिजे. हे सारं तुम्हाला रॉकेटच्या शास्त्रासारखं वाटतंय का? पण तुम्हीच विचार करा. मीटिंगला जाणारे किती लोक त्यात सहभाग घेण्यास उत्सुक असतात? एकही मिनिट वाया जाऊ नये याची काळजी घेणारे असतात? मला खेदानं नमूद करावं लागतंय की फारच थोडे लोक असा विचार करतात.

या विभागात आपण मीटिंगचा विचार दोन प्रकारे करणार आहोत. एक तर सहभागी लोकांच्या दृष्टिकोनातून तर दुसरा अध्यक्षांचा दृष्टीतून.

सहभागींसाठी मीटिंगचे उपयुक्त मुद्दे

- **मीटिंगमध्ये काय होणार याची कार्यक्रमपत्रिका तुम्हाला आधी मिळायला हवी**—त्यामुळे महत्त्वाच्या मुद्द्यावर, तुम्हाला विचार करून मुद्दे काढून ठेवता येतील.
- **मीटिंगच्या ठिकाणी थोडे आधी या** – कदाचित आधी फक्त अध्यक्ष आलेले असतील. त्यामुळे त्यांच्याशी बोलायला मिळेल. त्यांची तुमच्या

विषयाबद्दलची मतं जाणून घेता येतील.

- **योगदान द्या –** यशप्राप्तीसाठी तुमचा सहभाग आवश्यक आहे. मीटिंगमध्ये बोला. तुमची मतं मध्येच सोडून देऊ नका. त्यावर निर्णय होईपर्यंत ती मांडा.
- **चांगलं सादरीकरण करा –** लोकांना आकर्षित करणारं असं सादरीकरण करा. तुम्ही अकाउंटंट असाल तर तुमच्यापुढे ते आव्हानच असेल. स्प्रेडशीट म्हणजे आकडेवारीचा तक्ता असेल तर तो ओव्हरहेड प्रोजेक्टरवर दाखवू नका. त्यातल्या महत्त्वाच्या गोष्टींच्या स्लाइड बनवा व त्या दाखवा. सर्व आकडेवारीचे कागद प्रत्यक्षात द्या. आकडे हे कागदावरच पाहायला लोकांना आवडतात.
- **लॅपटॉप नको –** मीटिंग चालू असताना लॅपटॉपवर इतर कामं करू नका. ई-मेल पाठविणे, आईला पत्र लिहिणे, मीटिंग चालू असतानाच अहवाल तयार करणे हे असलं काही करू नका. ते बरोबर नाही. इतर जण तसं करत असले तरी तुम्ही तसं करू नका. काही लोकांचा समज असतो की, ते दोन कामं एका वेळी करू शकतात; परंतु वास्तविक ते दोन्ही कामं वाईट रितीनं करत असतात. मी अशा काही मीटिंग्ज पाहिल्या आहेत की, सारे जण त्यांच्या कीबोर्डवर काम करत बसलेत आणि वक्ता तेवढा बोलत राहिलाय. मग मीटिंग ठेवायची तरी कशाला? नुसते ई-मेल एकमेकांना पाठवत रहा ना!

* बैठकीतील निर्णयांचा सारांश सांगा – बैठकीत काय ठरलं, कोणी काय कृती करायची हे निर्णय झाले तर ते सर्व उपस्थितांना द्यायचे असतात. अध्यक्ष जर ते देण्यास विसरले तर आदरपूर्वक सूचना करा व ते मागून घ्या.

* बैठकीत भावनांचा उद्रेक होण्याची शक्यता असते. स्वाभाविक अशा भावना सर्व जण व्यक्त करत राहतात. अगदी जवळच्या लोकांसमवेत बैठकीत भावना या जास्तच व्यक्त होतात.

अध्यक्षांसाठी मीटिंगसाठी उपयुक्त गोष्टी

तुम्ही मुलाखतीत यशस्वी झालात की बढती मिळणार. ती मिळाल्यावर तुम्हाला स्वत:लाच मीटिंग्ज घ्याव्या लागतात. तुम्ही मीटिंग या आकर्षक, कमी वेळाच्या, पण उपयुक्त अशा घेऊन स्वत:चं वेगळेपण सिद्ध करू शकता.

यशस्वी बैठकीसाठी

- बैठकीचा वेळ निम्म्यावर आणा. त्यामुळे मीटिंगची निकड लक्षात येते.

- ✦ सुवासिक अत्तरात प्रतिनिधींचं येतानाच स्वागत करा.
- ✦ काहीतरी वेगळं करा. उदा. गेल्या आठवड्यात काय केलं हे चित्रात दाखवा. चांगल्या कलाकृतींना बक्षिसं द्या.
- ✦ नव्या कल्पना पुढे येण्यासाठी वातावरण निर्माण करा.
- ✦ प्रतिनिधींना नव्या कल्पनांवर काम करू देत. त्या कामाची जबाबदारीही त्यांच्यावर सोपवा.

तुम्ही चांगले प्रयत्न करूनही एखादवेळेस एखादा असा सहभागी भेटतो की, तो फारसा उत्साह दाखवत नाही. अडचणींच्या वेळी कसा मार्ग काढायचा हे दाखवण्याची योजना आत्मविश्वासानं दाखविणारे लोक हवेत.

पुढे काही माणसांचे नमुने दिलेत. त्यांच्याशी मीटिंगमध्ये कसं वागायचं हेही सांगितलंय.

राक्षसी वृत्तीचं प्रतिपादन

त्यांना प्रत्येक गोष्टीत वाईटच घडल्याचं दिसतं. त्यांना चुकाच सापडतात व त्या सांगताना ते सुरुवातच अशी करतात, 'वाईट गोष्ट सांगायची म्हणजे...'

उपाय

विरुद्ध बाजू मांडणारी ही मंडळी आपल्याला उपयुक्त ठरू शकतात. त्यांच्या मताचं स्वागत करा. परंतु इतरांनाही त्यांची मतं मांडू द्यात. म्हणजे केवळ विरुद्ध विचारांनीच मीटिंग भरून गेलीय असं होणार नाही.

हे विरोधक पुन्हा त्यांची बाजू मांडू लागले तर मात्र त्यांना इतरांनाही वेळ देणं आवश्यक असल्याचं सांगा व बैठकीच्या कार्यक्रमपत्रिकेकडे वळा. त्यांच्यावर बंधन घालण्याचं तंत्र अवलंबा. ते आवेगानं बोलत असतानाही त्यांना थांबवावं लागलं तर ते करा.

निराशावादी

कोणत्याही गोष्टीत यांना सर्वाधिक वाईट दिसतं आणि ते केव्हा एकदा लोकांना सांगतो असं यांना होतं. ते सदैव निराशेनं पछाडलेले दिसतात. त्यांच्याकडे पाहून इतरांमध्येही नैराश्य पसरण्याची भीती असते. रिकी फुल्टोनचे 'रेव्हरंड आय ॲम जॉली प्लेड मोस्ट ख्रिसमसेस' हे वाचा. तशीच ही माणसं निराशावादी असतात.

उपाय

त्यांना त्यांच्या मनातील गोष्टी बोलण्यास व मन मोकळं करण्यास संधी द्या; परंतु बैठकीची सूत्रं त्यांच्या हातात देऊ नका. नाहीतर उपस्थितांना असं वाटेल की,

आपण आलो नसतो तर फार बरं झालं असतं. प्रोत्साहन देण्याच्या विरोधात ही निराशावादी मंडळी असतात. ऊर्जेला पडलेल्या छिद्रासारखे हे असतात. बैठकीनंतर अशा लोकांशी बोलावं. इतकं निराशावादी होण्याचं कारण शोधावं. त्यांना काही प्रशिक्षणासाठी पाठवावं किंवा समुपदेशन करावं. काही दिवसांनी त्यांच्यामध्ये काही सुधारणा झाली का ते पाहावं. सध्याच ते करत असलेलं काम हेच जर निराशेचं कारण असेल, तर त्या कामामध्ये बदल करता आला तर पाहावं. ज्या प्रकल्पावर ते प्रोत्साहित होऊन काम करतील त्या कामावर नेमावं.

अतिशहाणे

"थांबा, थांबा! आम्ही ही कल्पना आमच्या मागच्या कंपनीत राबवायचा प्रयत्न केला; त्याचा काही उपयोग नाही. उगीच उत्साही होऊ नका," असं म्हणणारी ही अतिशहाणी मंडळी असतात.

उपाय

हे अतिशहाणे स्वत:ला प्रागतिक समजतात. इतरांपेक्षा आपल्याला जास्त समजतं, असा त्यांचा समज असतो. असं असलं तरी त्यावरून आपण आपल्याला मूर्ख समजायचं कारण नाही. वास्तविक पाहता ती माणसंच असुरक्षित असतात. ह्या मंडळींना कार्यालयात बढती मिळालेली असते. ती बहुतांशी त्यांच्या पूर्वीच्या माहितीवरून प्राप्त झालेली असते. यांची सेवा अधिक वर्षं झालेली असते. इतरांच्या नव्या कल्पनांना नाकारण्याची त्यांची नकारात्मक ज्ञानाची शक्ती असते. विशेष म्हणजे, मंडळी, ते ती शक्ती वापरतात!

त्यांना बरंच काम हवं मीटिंगनंतर हवं असतं. अशा लोकांना कसं प्रवृत्त करायचं हे शोधून काढा. यापूर्वी ते कशामुळे कामास प्रवृत्त झाले ते पहा. प्रकल्पामध्ये त्यांना सहभागी करून घ्या. चांगल्या कामाचं कौतुक करा. समूहामध्ये त्यांना स्वीकारतील असं पहा. हे साऱ्यांचं हिताचं होईल; पण यात एक धोक्याची सूचना लक्षात घ्या. ही मंडळी दुसऱ्यानं सुचविलेल्या प्रकल्पावर काम करायला नाखूश असतात. त्यात काम करायला कंटाळा करतात. त्यामुळे त्यांच्याशी बोलण्याचं काम जरा अवघडच असतं; पण प्रामाणिकपणानं तळमळीनं मतं मांडली तर उपयोग होऊ शकतो. अशा लोकांपासून तुमची सुटकाही नसते. सबळ कारण व कंपनीचे नियम याशिवाय त्यांना दूरही करता येत नाही. म्हणून त्यांच्या वागण्यासंबंधी मित्रत्वानं बोला.

भरकटलेले :

तो सोमवार होता का? नाही, नाही. तो मंगळवार होता. कारण मला असं

आठवतंय, मी माझ्या गाडीत होतो आणि... का तो बुधवार होता? ही भरकटणारी मंडळी त्यांच्या मुद्द्याला धरून बोलत नाहीत. असंबद्ध असं बोलत बसतात. इतर जण योग्य ती माहिती देऊन गाडी रुळावर आणण्याचा प्रयत्न करतात. तरीही हा भरकटलेला माणूस थांबायला तयार होत नाही.

उपाय

त्यांच्यावर वेळेचं बंधन घाला. ते ऐकेना झाले तर कार्यक्रमपत्रिकेप्रमाणे मीटिंग पुढे चालू ठेवा. काही मीटिंग्जमध्ये त्यांना ही शिस्त समजेल व ते अपेक्षेप्रमाणे वागू लागतील.

हे काम आक्रमकपणे करू नका. बैठकीत काय कामकाज होणार आहे ते बैठकीपूर्वीच त्यांना समजावून सांगा. मीटिंगमधील त्यांच्या कामाचा अहवाल त्यांना द्या. बैठकीत कसं बोलावं, कसं सादरीकरण करावं याची कौशल्यंही त्यांना सांगावीत.

त्यांच्यामध्ये थोडी सुधारणा दिसली तरी त्यांचं कौतुक करावं, बक्षीस द्यावं.

दळणारं जातं

बैठकीचा विषय काहीही असो. त्यांचा ठरावीक आवडीचा विषय त्यामध्ये घुसडणारच. त्यांना वाटतं की, हा विषय पूर्वी लोकांनी ऐकलेलाच नाही. तो विषय जात्यात आणल्याशिवाय यांना चैनच पडत नाही. शिवाय प्रत्येक बैठकीत हा विषय ते काढतात.

उपाय

असं दळत बसणाऱ्या लोकांचं कोणी गंभीरपणे ऐकत नाहीत. हा कित्येक वर्षांचा अनुभव आहे.

त्यांच्यामध्ये जरा बदल करावा असं वाटत असेल तर त्यांचं जरा ऐका व नंतर त्यांनाच त्या प्रश्नांचं उत्तर शोधण्यासाठी प्रमुख म्हणून नेमा. मग काही दिवसांनी पुन्हा तोच विषय ते काढतील. जुन्या सवयी सहजासहजी जात नाहीत. काम करत असल्यामुळे त्यांना त्यांच्या कामाची प्रगती मांडण्यास सांगा.

भावनिक व्यक्ती

ते भावनांनी ओतप्रोत भरून जातात. ते अस्वस्थ, रागावलेले, काळजीनं व्यापलेले, दुखावलेले दिसतात. हे सारं एकाच मीटिंगमध्येही दिसतं. या भावनिक अवस्थेत ते फार काळ राहतात.

विचाराच्या पातळीवर काम करायला त्यांना जमत नाही. मग एका प्रश्नातून दुसऱ्या प्रश्नाकडे सारखे पळत राहतात.

उपाय

हा माणूस इतका भावनिक का होतो हे शोधून काढण्यास भरपूर वेळ द्या. ते नेहमीच असे वागतात का? जीवनातील किंवा कामावरील वातावरणामुळे असं झालंय का?

त्यांना तणावमुक्ती, दुसऱ्यांवर प्रभाव पाडणे याचं शिक्षण द्या. मग ते असे भावनिक होणार नाहीत.

मला एका तरुणीची गोष्ट आठवते. मी तिला शिकवत होते. ती तिच्या वरिष्ठ अधिकाऱ्याबरोबरच्या चर्चेच्या वेळी, मुलाखतीच्या वेळी फार काळजीत असायची. तिच्या कामाबद्दल टीकेचे शब्द ऐकले की, तिला बऱ्याच वेळा रडूच कोसळायचं. मी तिच्या या वागण्यामागचं कारण शोधलं. तिचे पालक तिला नेहमी सारं काही पद्धतशीर झालं पाहिजे म्हणून रागवायचे व शिक्षा करायचे.

मीटिंगमधील तिचा हा प्रश्न सोडविण्यासाठी मी तिला उपाय सुचविला.

मीटिंगमध्ये छोटी-छोटी विश्रांती घेत जाण्याचा सल्ला दिला. त्यामुळे तिला आराम मिळेल. त्याच वेळी तिचं काम अधिक कसं सुधारेल ते पाहण्याचा सकारात्मक सल्लाही दिला. हळूहळू डोळ्यांतून अश्रू येणं थांबलं आणि तिनं तिच्या भावनांवर नियंत्रण मिळवलं.

उत्साही

कोणीही काही नवी कल्पना सुचविली की, ती या उत्साही मंडळींना भावते. ती पूर्णत्वाला नेण्यासाठी ते प्रयत्न करतात. विशेषत: स्वत:चीच कल्पना असेल तर मग त्यांच्या उत्साहाला पारावार राहत नाही. त्यांचा हा उत्साह मीटिंगमध्ये दिसून येतो. विशेषत: मीटिंग संपताना यांच्या उत्साहाला उधाण येतं.

उपाय

तुम्हाला कोणाच्याही उत्साहावर पाणी पाडायचं नाही; परंतु त्याचबरोबर अतिउत्साहालाही लगाम घालायला हवा.

समूहाकडून नव्या कल्पना बाहेर काढणं, त्यांची मतं एकत्रित करणं आणि मग निर्णय घेऊन बैठकींचा समारोप करणं ही चांगली पद्धत होय. उत्साही माणसाला अशा गटाचं प्रमुख करावं. मग त्याला त्या गटातील लोकांना आवश्यक माहिती पुरवणं, त्यांची मतं नोंदवून घेणं, त्याचा सारांश तयार करणं ही कामं करावी लागतात. त्यामध्ये तो इतका गुंतून जातो की, त्याच्या उत्साहास आपोआप चाप बसतो.

आदर्श बैठक कशी असावी याचं त्यांना प्रशिक्षण द्यावं. त्यामुळे त्यांच्या ध्यानात येईल की, केवळ सकारात्मक वृत्ती ठेवून चालत नाही तर व्यवहारी असावं लागतं.

स्टीमरोलर – प्रभावी

अशा माणसांकडे सत्ता असते व ती प्रतिष्ठित असतात. त्यांचा असा समज असतो की, त्यांच्याकडे सर्वोत्कृष्ट कल्पना आहेत. आपण त्या मोठ्यानं बोलून मांडल्या तर लोक त्या निमूटपणे ऐकतील आणि त्यासाठी काम करतील. त्यांना लोकांचं ऐकून घेणं आवश्यक वाटत नाही. कारण त्यांच्याकडे सत्ता असते आणि आपल्याला जे हवं ते आपण करू शकतो.

उपाय

अशी प्रभावी माणसं ही बहुधा संघटनेची प्रमुख असतात. ती बैठकीच्या अध्यक्षस्थानी असतात. परंतु कदाचित ते बैठकीचा एक भाग म्हणूनही उपस्थित असतील. काही कंपन्यांमध्ये विविध प्रकल्पांवर काम करणाऱ्यांची एकच बैठक बोलावतात. त्या प्रकल्पातील अधिक माहिती असणारी व्यक्ती त्या बैठकीस उपस्थित असते. त्यामुळे ती सर्वोच्च पदावर असेलच असं नसतं.

या उच्चपदस्थांचं वर्चस्व कमी करण्याचा आणखी एक मार्ग आहे. कोणतीही कृती अमलात आणण्यापूर्वी गटाच्या विचारार्थ परत मागे पाठवायची. सार्वमत घेण्याच्या या पद्धतीमुळे उच्चपदस्थांची सत्ता सर्वांपर्यंत जाऊन विभागली जाते.

या युक्त्या उपयुक्त ठरल्या नाहीत तर मीटिंगचा ढाचाच बदलून टाकायचा. प्रत्येकाला काय वाटतं हे सांगायला लावायचं. त्यातूनही यश आलं नाही तर बैठक संपताच संबंधितांना या प्रभावी व्यक्तींच्या वागणुकींबद्दल सांगावं. हे सांगणं आक्रमक नसावं तर शांतपणे विधान करणारं असावं. कारण तुम्हाला नोकरीत टिकून राहायचंय.

अन्य युक्त्या

बैठकीमध्ये वापरायच्या युक्त्या :

✦ बैठकीतील चर्चेवर नियंत्रण ठेवा. हे करताना आनंददायी वातावरण ठेवा. सर्वांना त्यांची मतं मांडण्याची संधी द्या. परंतु कार्यक्रमपत्रिकेबाहेरील विषयाला कणखरपणे बंध घाला. मग बोलणारे तुमच्यापेक्षा वरिष्ठ असले तरी हरकत नाही.

✦ बैठकीच्या आधी व नंतर प्रत्येकाशी असलेलं काम पूर्णत्वाला न्या. बैठकीमधील लोकांचं वागणं हे प्रशिक्षकांना सांगणं महत्त्वाचं असतं. मग त्यांच्या ठरलेल्या वेळेत ते त्यांचं शिकवण्याचं काम पूर्ण करू शकतात. विरोधाचे प्रसंग उद्‌भवल्यास बैठक संपताच ते चर्चेनं सोडवा. सुदैवानं अशी माणसं एकाच वेळेस तुमच्या पुढं असणार नाहीत. असं अगदी क्वचितच घडेल.

- ✦ गटाचा वापर करा. त्यांच्या पाठिंब्यासाठी आधीच त्यांना विनंती करा. त्यांना महत्त्व दिलेलं फारच आवडेल. विशिष्ट कार्य करण्यास कोणी पुढे येत असेल तर तेही बाकीच्यांना आवडेल. आपल्यामध्ये आव्हान स्वीकारणारे आहेत याचं त्यांना समाधान वाटेल.
- ✦ मीटिंगची चेकलिस्ट – नियंत्रण मुद्दे जवळ ठेवा. त्यांचा वापर करा. त्यामुळे मीटिंग विषयाला धरून होईल. चांगली बैठक कशी असावी याचं स्मरण होत राहील. हे नियंत्रण मुद्दे गटालाही द्या. त्यामुळे मीटिंग कशी झाली हे ते समारोपानंतर ठरवू शकतील. बैठकीच्या कामकाजात आपण सहभागी झाल्याचं समाधान त्यानं प्राप्त होईल.

बैठकीचे नियंत्रण मुद्दे – चेकलिस्ट

१. बैठकीचे ध्येय निश्चित आहे का?
२. योग्य सदस्यांना मी बैठकीस बोलावले आहे का? त्यांना नीट समजावून सांगितले आहे का?
३. मी कार्यक्रमपत्रिका तयार केली आहे का? बैठकीपूर्वी ती सर्वांना दिली आहे का?
४. बैठक व्यवस्थेसाठी पुरेसे आधी या.
५. वेळेवर बैठक सुरू करा.
६. कार्यक्रमपत्रिकेप्रमाणे चला.
७. वेळेचे नियोजन करा. वेळेवर बैठक संपवा.
८. सर्वांचा सहभाग घ्या.
९. मतभेद मिटविण्यात माझा उपयोग कसा होईल ते पहा.
१०. चर्चेवर योग्य ते नियंत्रण कसे ठेवता येईल हे पहा.
११. कोणती कृती करायची ठरेल हे सारांश रूपाने अखेरीस मांडा.
१२. बैठकीत काय घडले हे चार दिवसांत संबंधितांना कळवा.
१३. सहभागी लोकांना बैठक कशी झाली हे विचारा.
१४. ठरलेल्या कृती पूर्णत्वाला न्या.
१५. इतरांनी जी कामे करायची आहेत ती ते करतात ना हे पाहण्यासाठी पाठपुरावा करा.
१६. ही बैठक मी आनंददायी कशी करेन?
१७. कोणत्या विषयावर अधिक खल व्हावा?
१८.अन्य कोणत्या गोष्टी मी करावयास हव्या?

कार्यालयातील लिंगभेद परिस्थिती

स्त्री आणि पुरुष यांच्यातील भेद हा बरेचदा बैठकीमधून दिसून येतो. कार्यालयातून स्त्री कर्मचाऱ्यांची संख्या वाढत आहे. त्यामुळे पुरुषांना त्यांच्याशी कसे वागावे या बाबतचा विचार करणे गरजेचे आहे. क्रीस इवॅटच्या 'ही अँड शी' या पुस्तकामध्ये स्त्री पुरुषामधील ६० भेद सांगितले आहेत. कामावर असे आढळून येणारे काही फरक पुढे दिले आहेत.

- **स्त्रिया ह्या इतरांचे लक्ष वेधून घेणाऱ्या तर पुरुष हे आत्मकेंद्रित असतात.** त्याचे कारण म्हणजे स्त्रिया कामापेक्षा माणसांना अधिक महत्त्व देतात. त्याचा परिणाम म्हणजे पुरुषापेक्षा त्यांच्यामध्ये सांघिक प्रवृत्ती अधिक असते.
- **पुरुषांना जे भावेल ते, ते करतात. स्त्रिया इतरांच्या संमतीने वागतात.** त्यामुळे कार्यालयातून स्त्रियांना बढती स्वीकारण्यासाठी प्रवृत्त करावे लागते. याउलट परिस्थिती पुरुषांच्या बाबतीत असते. स्त्रियांना अधिक पगार प्राप्तीसाठी जादा अनुभव हवा व त्यासाठी बढती स्वीकारा हे सांगावयास हवे. कंपन्यांना वरच्या पातळीवर स्त्री-पुरुष दोघेही हवे असतील तर त्यांनी स्त्रिया वरिष्ठ पदे स्वीकारण्यास तयार होतील असे वातावरण निर्माण करावयास हवे. त्यासाठी सल्ला देण्याची व्यवस्था करावयास हवी.
- **पुरुष हे त्यांचा राग व्यक्त करतात. स्त्रिया तो दाबून ठेवतात.** व्यवस्थापक म्हणून पुरुष कर्मचारी रागावलेले तुमच्या लवकर ध्यानात येतं. स्त्रियांच्या बाबतीत तसं घडत नाही. त्यासाठी तुम्हाला त्यांच्या देहबोलीतला फरक, आवाजातील बदल किंवा चर्चेत वापरलेले शब्द याकडे लक्ष द्यावं लागतं.
- **स्त्रिया सहाकार्य करणाऱ्या तर पुरुष स्पर्धा करणारे असतात.** मानवाची उत्क्रांती होत गेली. जिंकण्यासाठी माणसाला लढे द्यावे लागले. त्यात स्त्रियांना फारसा लाभ होऊ शकला नाही. याउलट पुरुषांना स्त्रियांशी स्पर्धा करावी वाटली नाही; परंतु आता स्त्रिया कधी नव्हे इतक्या स्पर्धात्मक बनू लागल्या आहेत.
- **पुरुष स्त्रियांपेक्षा निर्णयक्षम असतात.** त्याचं कारण म्हणजे स्त्रिया व्यक्तिसापेक्ष असतात. निर्णय घेताना इतरांना सामावून घेण्याची त्यांची इच्छा असते. त्या विविध कल्पना मांडतात. त्या पूर्ण करण्याचे मार्ग सांगतात. हे सारं चर्चेनं करण्याकडे त्यांचा कल असतो. काही वेळा स्त्री-

पुरुष फरक सांगताना गैरसमजुतीनं असं सांगितलं जातं की स्त्रियांच्याकडे नेतृत्वगुण कमी असतात.

✦ **पुरुष तोंडी आदेशाने दुसऱ्यांना सुनवितात. स्त्रिया असं करत नाहीत.** स्त्रिया स्वत: नापसंती व्यक्त करतात. पुरुष मात्र कमी लेखतात. हा फरक लक्षात घ्या. पुरुषांची स्पर्धात्मक वृत्ती ही प्रवृत्ती वाढविण्यास कारणीभूत होते. ज्या स्त्रिया हळुवारपणे ही परिस्थिती हाताळतात त्या यशस्वी ठरतात. परंतु याबाबतीत छळवणूक होऊ लागली तर स्त्रियांना अधिक आक्रमक व्हावं लागेल.

लेखक रेनी कॅरीऑल म्हणतात, 'गटातील लोकांमध्ये जितकी विविधता असेल तितके विविध प्रकारचे विचार पुढे येतील. त्यातून नावीन्यपूर्ण फलनिष्पत्ती होऊ शकेल.' संस्थेतील उच्चपदस्थ हे सारे ५० ते ६५ वयातील पुरुष असतील तर ती संस्था मर्यादित क्षेत्रात कार्य करणारी व जनतेमधील थोड्याच लोकांसाठी काम करणारी होईल. ग्राहकांशी संबंध राखणे आज अत्यंत महत्त्वाचे आहे. ग्राहकांच्या अपेक्षा या संचालक मंडळातील सदस्यांना कळणे आवश्यक आहे.

सर्वसमावेशकता ही काळाची गरज आहे. ती तुमच्यामध्ये नसेल तर ती असण्यासाठी प्रयत्न करा.

व्यावसायिक सादरीकरण आत्मविश्वासानं करा

आपल्या व्यवसायाचं चित्र उभं करताना अनेकांना भीती वाटते. तुमचा याबाबतीत आत्मविश्वास वाढावा, सादरीकरण करताना तुम्हाला आनंद प्राप्त व्हावा यासाठी मी पुढील सल्ला देऊ इच्छिते –

१) नेहमीसारखे रहा

व्यावसायिक सादरीकरण म्हणजे ठरावीक शिष्टाचारात केलं पाहिजे ही पद्धत जुनी झाली. लोकांना आकर्षित करणारं थोडं रंजक असं सादरीकरण हवं असतं. तेव्हा तुमच्या सहजतेनं बोला. टेबलामागे उभं राहून ठरावीक वाक्यं पाहिजेत असं काही नाही. गप्पा मारल्यासारखं बोला.

२) श्रोत्यांना आकर्षित करा

माझा अनुभव असा आहे की, सुरुवातीसच श्रोत्यांना आकर्षून घेतलं तर अनेक उद्दिष्टं साध्य होतात.

- ✦ माझ्यावरील लक्ष विकेंद्रित होतं.
- ✦ श्रोते मोकळे होतात. आता आपण उघडपणे प्रश्न विचारू शकू असं त्यांना वाटतं.
- ✦ श्रोत्यांची संख्या कितीही असली तरी ते दचकत नाहीत.
- ✦ श्रोते आणि वक्ता समान पातळीवर येतात. वक्ता हा त्यांच्यावर विचार लादतोय असं होत नाही.
- ✦ श्रोत्यांना ते जागरूक ठेवायला उपयोगी पडतं.
- ✦ त्यांना समजायला सोपं जातं.

विचार-विनिमयातील नावीन्य या विषयावर बोलण्यासाठी 'फाइफ' या संस्थेत मी गेले होते. समोर १५० प्रमुख व्यावसायिक होते. व्याख्यानाला काही चांगली सुरुवात झाली नाही. बक्षिसं देताना सूत्रसंचालक विजेत्यांची व त्यांच्या कंपन्यांची नावं चुकीची सांगत होता. तो लठ्ठ असा माणूस होता. त्याचा शर्ट कमरेच्या पट्ट्याबाहेर आला होता. त्याचं पांढरं पोट लोकांना दिसत होतं. आता हा आणखी कोणकोणते अवयव लोकांना दाखविणार अशी भीती वाटत होती. सेमिनारची प्रस्तावनाही अगदी सुमार झाली होती. त्यानंतर मी बोलायला व्यासपीठावर उभी राहिले तेव्हा सारे जण निराशेनं माझ्याकडे पाहत होते.

इतरांच्या सुरुवातीच्या गोष्टींना नावं ठेवणं मला सोपं होतं. परंतु मी माझ्या भाषणाचा पुनर्विचार केला. तेव्हा माझ्या लक्षात आलं, की श्रोत्यांना सुरुवातीस संमीलित करून घेण्यात मी कमी पडले होते. साधारणत: मी त्यांना सुरुवातीस गटामध्ये किंवा जोडीनं चर्चा करायला सांगते. मला प्रश्न विचारायला सांगते किंवा सेमीनारच्या उद्दिष्टावर चर्चा करण्यास सांगते. माझं व्याख्यान सुरू करण्याच्या उत्साहात मी माझाच सल्ला विसरले. त्यामुळे त्यांना आनंददायी बनविण्यास मला बराच वेळ लागला.

३) माइंड मॅप्सचा वापर करा

तुमच्या लक्षात आलं असेल की, मी माइंडमॅप्सचा केवळ वापरच करते असं नाही तर ते आता माझ्या अंगवळणी पडलं आहे. जीवनाचा एक भाग झालं आहे. प्रत्येक व्याख्यानाच्या वेळी मी माइंड मॅप्सचा वापर करते. मी तोच पुन्हा वापरत नाही. तेच सादरीकरण असलं तरी ऐकणारे वेगळे आहेत, त्यांच्या विशिष्ट गरजा वेगळ्या आहेत हे ध्यानात घेऊन मी बदल करते.

माइंड मॅप्समुळे तुम्हाला तुमच्या नोट्स वाचाव्या लागत नाहीत. नंतरचा मुद्दा काय येणार हे कळतं. लिखित शब्दापेक्षा मौखिक शब्दाकडे जास्त ध्यान जातं. मी

एका महिला उद्योजकांच्या मेळाव्यात बोलत होते. एका श्रीमंत सरदाराच्या पत्नीनं मला तिथे बोलावलं होतं. तिथे सुरुवातीस भाषण झालं. ती उत्साही अशी तरुणी होती. परंतु तिनं तिचं सर्व भाषण वाचून दाखवलं. वास्तविक ती जे सांगत होती ते चांगलं होतं; परंतु सादरीकरणात लिखित शब्द प्रभावी ठरत नाहीत. काही मिनिटातच आम्ही तिचं व्याख्यान ऐकायचं थांबवलं. लेखी शब्द बोजड असतात. त्याशिवाय ती आकडेवारीही सांगत होती. पण ते दृश्य स्वरूपात दाखवलेले नसल्यानं माझ्या लक्षात राहिलं नाही. तिनं जर सहा स्लाइड्स एकत्र करून एक पाच मिनिटांचं दृश्य सादर केलं असतं व त्यानंतर त्यावर चर्चा केली असती तर तिचं म्हणणं प्रभावी ठरलं असतं.

४) गोष्टी आणि केस-स्टडींचा वापर करा

चांगले वक्ते आपले विचार पटवून देताना उदाहरणं देतात. सत्य हे महत्त्वाचं असतं हे जरी खरं असलं तरी श्रोत्यांच्या ध्यानात उदाहरण हे दीर्घ काळ राहतं. आकडेवारी लवकर विसरली जाते.

ही उदाहरणं म्हणजे विनोद किंवा एका ओळीचे चुटकुले असले पाहिजेत असं नाही. तुमच्या ज्या कल्पना प्रत्यक्षात यशस्वी ठरल्या त्या सांगितलेल्या श्रोत्यांना अधिक भावतात. त्या विनोदप्रचुर असल्या तर उत्तमच. परंतु त्या विनोदी असल्याच पाहिजेत असं मात्र नाही.

माझ्या एका मानसशास्त्रज्ञ मित्राशी मी बोलत होते. गोष्ट सांगणे हा सांस्कृतिक क्षेत्रातला सर्वोत्कृष्ट प्रकार झाला आहे का असं मी त्याला विचारलं. त्यावर त्याने एक घटना सांगितली. त्याचा कोरियातील सहकारी एक कार्यशाळा घेत होता. त्यात त्याने सहभागी लोकांना पेशंटशी बोलताना बोलण्यात किंवा वागण्यात झालेल्या चुका सांगण्यास सांगितलं. कोरियात वैद्यकीय व्यवसाय हा उच्च, प्रतिष्ठेचा मानला जातो. आपलं या क्षेत्रातलं प्रभुत्व प्रत्येकाला दाखवावं लागतं. तुम्ही बेताचे दिसलात तर व्यवसाय आटोपण्याचीच शक्यता. त्या डॉक्टरांकडून भरपूर कथा सांगितल्या गेल्या व कार्यशाळेच्या समारोपात सर्वांनी कथाकथन सर्वोत्कृष्ट होतं असं सांगितलं. इतरांचे अनुभव ऐकून फक्त आपल्यालाच बोलण्याच्या समस्या आहेत असं नाही हे जाणवलं. इतरांनाही ही आव्हानं आहेत.

५) आराम

सल्लागार हा ग्राहकाला ठरावीक पद्धतीत वागण्याचा सल्ला देत असतो. फुलपाखरांनी एका रांगेत उडावं असं सांगण्यासारखा हा प्रकार आहे. माझे विचार

अगदी साधे-सापे आहेत. तुम्ही जितके आरामात असाल तितकं तुमचं व्याख्यान चांगलं होईल.

कथेचा शेवट

तुम्ही काळजीत असाल तर तुम्ही स्वत:च्या शरीराबद्दल काळजी करणं सुरू करता. श्रोत्यांची भीती ही नंतर येते. आपल्या भाषणाचा त्यांच्यावर परिणाम चांगला होईल ना हीसुद्धा विवंचना असते. बोलताना तुम्ही सतत श्रोत्यांकडे पाहून प्रतिसाद मिळतो का हे पाहत असता. तुमचं म्हणणं त्यांना पटतंय का, त्यांची देहबोली काय आहे, ते तुमच्या बोलण्याकडे लक्ष देत आहेत का याचं निरीक्षण करत असता. त्याप्रमाणे आवश्यक वाटल्यास बोलण्याची दिशा बदला, पुढच्या मुद्द्याकडे वळा, प्रश्न विचारा. पण त्यांना सहभागी करून घ्या.

या पुस्तकात सांगितलेली कोणतीही युक्ती वापरून आरामात रहा. ही कौशल्यं प्रत्येकाला आली पाहिजेत. विश्रांती, आराम, शिथिलीकरण या विषयाच्या ध्वनी व दृश्यफिती खरेदी करा. या विषयावर बाजारात भरपूर दृश्यफिती उपलब्ध आहेत. तुम्हाला चांगली सीडी मिळाली नाही तर मला ईमेल करा. माझी सीडी मी तुम्हाला पाठवेन. सादरीकरणाच्या कौशल्यापेक्षा शिथिलीकरणाचे लाभ अधिक आहेत. तुम्ही जेव्हा विश्रांती घेता तेव्हा –

- तुमचे लक्ष दुसरीकडे जाते. तुम्हाला स्वत:ला विसरता.
- अधिक निर्मितीक्षम बनता. अधिक कार्यक्षमतेने प्रश्न सोडवू शकता.
- अधिक विनोदप्रचुर व्याख्यान होते.
- लवकर झोप लागते. गाढ निद्रेचा अनुभव तुम्ही व्याख्यानापूर्वीही घेऊ शकता.
- चांगली तब्येत राहते. दीर्घायुषी बनता. नुकतेच एक संशोधन करण्यात आले. त्यामध्ये असे निदर्शनास आले की गाढ झोपणारी माणसं दीर्घायुषी ठरतात. ती सुदृढ राहतात. कमी आजारी पडतात.

व्याख्यान देताना व त्यापूर्वी आरामात कसे राहावे याचे तंत्र मी शोधून काढले आहे. त्यातल्या तुम्हाला योग्य वाटणाऱ्या तंत्राचा वापर करा.

त्यासाठी तुम्ही पुढील गोष्ट करा.

डोळे मिटा. एका मिनिटात किती श्वास घेता हे मोजा. श्वास आत घेणं व बाहेर सोडणं या दोहोंचा मिळून एक श्वास धरा. साधारणत: असे १० ते १२ श्वास मिनिटाला होतात. त्यापेक्षा जास्त होत असतील तर तुम्हाला ते प्रमाण श्वासाचा वेग कमी करून खाली आणलं पाहिजे. श्वास कमी करण्याचा संबंध आरामाशी आहे. फुप्फुसातील शिळी हवा कमी झाली पाहिजे. ती बाहेर पडली पाहिजे. त्या हवेनं स्नायूंवर ताण आला असेल तर तो कमी झाला पाहिजे. पुन्हा एकदा या पॉवर

मिनिट – 'शक्तिशाली मिनिटाचा' वापर करा. श्वास घेणं व सोडणं दोन्ही अधिक संथपणे करा. खुर्चीमध्ये बसून अधिक खोलवर श्वास घ्या.

तुमच्या शरीराला तुमच्या मनाची स्थिती मोजणारे उपकरण जोडले असेल, तर तुम्हाला परिणाम पाहता येतो. तुम्हाला वेगळाच आवाज ऐकायला मिळेल. तुमच्या नाडी केंद्रांवर बायोडॉट हे उपकरण लावले असेल तर तुम्हाला त्यातील रंग बदललेले आढळतील. तुम्ही अधिक उत्तेजित होत असल्याचं ध्यानात येईल. त्या छोट्या काळात तुम्हाला आराम मिळेल, श्रोत्यांना सामोरं जाण्याची तयारी होईल. येणाऱ्या परिस्थितीला सामोरं जाण्याचं धैर्य निर्माण होईल.

मी बोलताना कधीही डेस्कच्या मागे उभी राहत नाही. सभागृहातील दिवे लावण्यास सांगते. त्यामुळे मी साऱ्यांना पाहू शकते, त्यांच्या प्रतिक्रिया अजमावू शकते. आरामात राहण्यासाठी मी टेबलाच्या टोकावर टेकते. खुर्चीच्या मागे उभी राहते. श्रोत्यांच्या मधून फिरते. फिरत फिरत बोलण्यानं माझ्यातील थोडीफार राहिलेली भीतीची भावना नाहीशी होते. एका जागी उभे राहून बोलण्यापेक्षा फिरण्यानं अधिक जोशपूर्ण वाटतं.

६) वेगळेपणा दाखविण्याचे धाडस करा

कंपनीमध्ये इतरांसारखं तुम्ही दिसलं पाहिजे असं नाही. तुमचा प्रभाव पाडण्यासाठी तुम्ही अधिक चांगलं दिसण्याचा प्रयत्न करा.

केशकर्तनावरील खर्च ही गुंतवणूक समजा. हा सल्ला पुरुष आणि स्त्रिया या दोहोंनाही आहे. तुम्हाला रोजच प्रभाव पाडावयाचा असेल तर वाईट केस ठेवून चालणार नाही. दर पाच आठवड्यांनी सलूनमध्ये जा व पुढेही केसांची निगा राखा. आरशात पाहून आपण बरोबर दिसत नसल्याची काळजी करत राहायचे म्हणजे वेळेचा दुरुपयोग होय.

मी एका मोठ्या बहुराष्ट्रीय कंपनीतील व्यक्तीला शिकवत होते. त्यांना त्या कंपनीमध्ये संचालक होण्याची महत्त्वाकांक्षा होती. पण दिसण्यामध्ये ते तसे वाटत नव्हते. त्यांचे केस पातळ होते, कॉलरवर रुळत होते आणि कुरतडल्यासारखे दिसत होते. त्यामुळे तो कसातरीच दिसत होता. तो १९६०मधील हिप्पी वाटत होता. मी त्याला माझ्या हेअर ड्रेसरकडे नेले. ती अगदी नाइलाजानं त्याचे केस कापायला तयार झाली. त्याच्या चेहऱ्याला साजेसे असे तिने त्याचे केस कापले. मागील वाढलेले केस कमी केले. त्याच्यामध्ये विलक्षण असा फरक पडला. दुसरे दिवशी कार्यालयात हा चर्चेचा विषय झाला. मुख्य अधिकाऱ्यांनी तर संचालक मंडळाच्या बैठकीत हे सांगितलं. त्याला सहजतेनं बढती मिळाली.

कपड्यांमध्ये सर्वाधिक खर्च करणार असाल तर स्त्रियांनी तो चांगल्यातल्या

जॅकेटवर करावा, तर पुरुषांनी सूटवर करावा. तुम्ही अगदी डॉटकॉम कंपनीत नोकरी करत असाल तरी तुम्हाला सूटची गरज पडेल. बँकेत जायचं असेल किंवा कॉन्फरन्समध्ये विषय मांडायचा असेल तर सूट हवा. त्यामुळे चांगल्यातला सूट घ्या. तो तुम्हाला व्यवस्थित बसला पाहिजे. स्त्रिया स्कर्ट, ब्लाउज आणि बूटामध्ये जरा बेताची खरेदी करून पैसे वाचवू शकतात. पण जॅकेट हे एकदम भारीतलं हवं. न चुरगळणाऱ्या धाग्यांपासून बनवलेलं उत्कृष्ट जॅकेट दिवसभर चांगलं राहील. अगदी संध्याकाळीही छान दिसेल. स्त्रियांना झगमगीत रंग चांगले दिसतात. ते त्यांनी वापरावेत. कॉन्फरन्समध्ये स्त्रियांनी करड्या रंगाच्या कपड्यावर लाल रंगाचं जॅकेट घालावं. पुरुषांनी शक्यतो झगमगीत रंगाचा टाय वापरावा.

७) उत्साही राहा

तुम्ही तज्ज्ञ असलेल्या क्षेत्रातील कार्याबद्दल उत्साही असायला हवं. त्यातील उत्पादन, तुमची कंपनी याबद्दल भरभरून बोलता आलं पाहिजे. ते जमत नसेल तर सादरीकरणाचं काम दुसऱ्या कोणावर सोपविलेलं चांगलं. श्रोत्यांना तुम्ही यशस्वी व्हावं असंच वाटत असतं. ते जे करतात त्यावर तुम्ही प्रेम करत असाल तर ते तुम्हाला भरपूर प्रोत्साहन देतात. चांगल्या स्लाइडचा वापर करून सादरीकरण करणं, ते करताना चुका न करणं हे जसं महत्त्वाचं तसंच, किंबहुना त्याहून अधिक महत्त्वाचं म्हणजे तुमच्या कामावर तुमचं प्रेम हवं. कामातील चुका फार महत्त्वाच्या नाहीत. एकूण मिळकत महत्त्वाची आहे.

देहबोली हे संदेशवहनातील आवश्यक अंग आहे. सादरीकरण हे सस्मित चेहऱ्यानं होणं महत्त्वाचं आहे. ते आकर्षक होतं.

८) आनंद घ्या

सादरीकरणात आनंद घ्या. तुम्ही चांगल्या कल्पना मांडताय. श्रोते तुमचा प्रत्येक शब्द उचलून धरताहेत. यापेक्षा अधिक आनंद कोणता असणार?

सादरीकरणातील प्रत्येक टप्पा दाखविताना मी माइंडगेमचा वापर करते. श्रोत्यांना जागं ठेवणारी हसरी सुरुवात करून बोला. ज्यांनी सहकार्य केलंय त्यांच्याबद्दल सांगा. आकर्षक असा व्याख्यानाचा शेवट करा. लोक कौतुकाच्या टाळ्यांचा कडकडाट करत आहेत. यात खरा आनंद आहे.

काही लोक मला भेटून सांगतात की, आतापर्यंतच्या ऐकलेल्या सादरीकरणातील तुमचं हे भाषण सर्वोत्कृष्ट आहे. मग मला या सर्व कामातून आनंदच मिळतो.

९) मूल्यमापन करा

तुमच्या व्याख्यानानंतर तुम्हाला जे चांगलं झालं वाटत असेल त्यासाठी स्वत:चं अभिनंदन करा. त्याचबरोबर त्यात अधिक चांगलं काय करता आलं असतं हे स्वत:लाच विचारा. मी माझ्या प्रत्येक व्याख्यानात एक तरी नवी कल्पना सांगते. ती नवी गोष्ट असेल, नवी स्लाइड असेल, श्रोत्यांचा सहभाग घेणारी नवी कल्पना असेल. तिचा वापर करतेच. ती लोकांना आवडली तर पुन्हा वापरते. न आवडल्यास काढून टाकते. श्रोत्यांपैकी कोणालाही तुमचं व्याख्यान कसं झालं हे विचारा. त्यात डगमगू नका. त्यांना कोणता भाग आवडला हेही विचारा.

१०) सहभाग घ्या

तुम्ही जितके अधिक बोलाल तितके तुम्ही अधिक निष्णात बनाल. त्यामुळे सादरीकरणामध्ये भाग घ्या.

आता तुम्ही ठरवा, पारंपरिक कंपनीमधील काम तुमच्यासाठी नाही. 'अनश्रिंक' या पुस्तकाचे लेखक मॅक्स मॅकेवोन म्हणतात की, संस्था ह्या लोकांना वाढवण्यापेक्षा आकुंचित करतात. ते आपल्या कामापुरते त्यांच्याकडे पाहतात. आपल्याला हवी तेवढी डोकी भरली की बस, असा त्यांचा दृष्टिकोन असतो. त्यांचं योगदान उत्कृष्ट व्हावं असं पाहत नाहीत. त्यांच्याकडून नवे शोध लागावेत हेही ते पाहत नाहीत. तुमच्यामधील गुणांना वाव मिळावा वाटत असेल तर ही संस्था सोडली पाहिजे. या निर्णयापर्यंत तुम्ही येता.

कंपनी आपल्याकडे सकारात्मक दृष्टीनं पाहत नाहीत अशा स्थितीपर्यंत पोहोचेपर्यंत तुम्ही दीर्घकाळ त्या कपंनीत राहता असं मला वाटतं. हा माझाही अनुभव आहे. पुढील प्रश्नपत्रिका सोडवा व ठरवा की आता ही संस्था सोडण्याची तुमची वेळ झाली का नाही.

ऊर्जेचा दर्जा मोजणे

पुढील प्रश्न पहा. तुम्ही मन लावून काम करता का ते पहा. पूर्णपणे झोकून देऊन काम करत असाल तर पट्टीतील सुरुवातीचे दहा गुण मिळतील. कामात तटस्थ राहत असाल तर एक गुण मिळेल. कामात खूप आनंद मिळत असेल तर दहा गुण घ्या व खूप चिडचिड होत असेल तर एक गुण घ्या.

संस्थेच्या कामाबद्दल आपणास काय वाटते?

सहभागी १० ९ ८ ७ ६ ५ ४ ३ २ १ तटस्थ

आनंददायी	१०	९	८	७	६	५	४	३	२	१	चिडलेले

संस्थेचे अंतर्गत कामकाज कसे चालले आहे असे आपणास वाटते?

सहभागी	१०	९	८	७	६	५	४	३	२	१	तटस्थ
आनंददायी	१०	९	८	७	६	५	४	३	२	१	चिडलेले

संस्थेमध्ये तुम्ही कितपत रुळलेले आहात असे आपणांस वाटते?

सहभागी	१०	९	८	७	६	५	४	३	२	१	तटस्थ
आनंददायी	१०	९	८	७	६	५	४	३	२	१	चिडलेले

संस्थेमधील सहकारी कसे आहेत असे आपणास वाटते?

सहभागी	१०	९	८	७	६	५	४	३	२	१	तटस्थ
आनंददायी	१०	९	८	७	६	५	४	३	२	१	चिडलेले

संस्थेमध्ये काम करण्यास सध्या आपण किती उत्साही आहात?

सहभागी	१०	९	८	७	६	५	४	३	२	१	तटस्थ
आनंददायी	१०	९	८	७	६	५	४	३	२	१	चिडलेले

वरीलपैकी दोन्ही मुद्द्यांवर जर तुम्हाला एकापेक्षा जास्त व चारपेक्षा कमी प्रश्नांत ५ पेक्षा कमी गुण प्राप्त झाले असतील तर आता तुम्ही दुसरीकडे काम शोधायला लागलं पाहिजे. नाहीतर साहेबांना भेटा व कामात चांगला बदल तरी मागून घ्या.

तुमचा उत्साह कमी झाला असेल तर संस्थेतील सध्याच्या वातावरणात आपण आनंदी नाही असं समजा. आपल्याला हवं ते इथं प्राप्त होत नाही. तुमचं शरीर आणि मन सांगतंय की तुमची क्षमता यापेक्षा मोठी आहे.

सकाळी उठल्यावर आपण बऱ्याच वेळा नकारार्थी विचार करतो. इतरांचं काय चुकतं हे सांगत बसतो. त्याऐवजी स्वत:बद्दल विचार करा.

वरील प्रश्नांमध्ये दोन्ही मुद्द्यांवर तुम्हाला चार किंवा अधिक विधानांत ५पेक्षा कमी गुण मिळाले असतील तर या संस्थेतून सुटण्याचे प्रयत्न करा. इथं काम करत राहाल तर तणाव वाढतील. तुम्ही अस्वस्थ राहाल. तुमचा उत्साह नाहीसा होईल.

स्वत:चा व्यवसाय सुरू करणे

वरील गोष्टी पाहता एक पर्याय पुढे येतो. तो म्हणजे स्वत:चा व्यवसाय सुरू करणे. सध्या तुम्ही कामाच्या ओझ्याखाली दबलेले आहात. संतुलित आनंददायी जीवन राहिलेले नाही. सर्व विचार करता स्वत:चा व्यवसाय सुरू करणं चांगलं असं

वाटतं. त्यामुळे अमर्याद पैसाही मिळवता येईल.

उद्योजकांमध्ये स्त्री आणि पुरुष यांच्या प्रवृत्तीत फरक आढळतो. नवीन व्यवसाय सुरू करताना पुरुष अधिक धोका पत्करतात. त्यांचे व्यवसाय बंद पडण्याचे प्रमाणही मोठे आहे. स्त्रिया स्वयंपाकघरातून, बेडरूममधून चालवता येतील असे छोटे उद्योग सुरू करतात. वास्तविक त्यानी मोठ्या प्रमाणवरचेही उद्योग करायला हवेत. परंतु त्यांच्यामध्ये अधिक चिकाटी असते. पुरुषांपेक्षा त्यांचे व्यवसाय दीर्घकाळ चालतात.

व्यावसायिक होण्यासाठी तुमच्यामध्ये आवश्यक क्षमता आहे का हे पाहण्यासाठी पुढील प्रश्नावली सोडवा.

व्यावसायिक होऊ? का, नको?

१. व्यवसायाचे प्रमुख म्हणून काम करावे असे तुम्हाला वाटते का?
२. निर्णय घेताना आपल्याला स्वातंत्र्य असावे असे वाटते का?
३. उत्पादनावर, सेवेवर आपले स्वत:चे नाव असावे असे वाटते का?
४. तुम्हाला उद्योगाची प्रेरणा देणारे 'सुरक्षितता' याला कमी महत्त्व देतात का?
५. नवी कौशल्ये शिकण्याची तुमची तयारी आहे का?
६. तुम्ही स्वत:चा व्यवसाय काढावा यासाठी कुटुंबाचा तुम्हाला पाठिंबा आहे का?
७. वेळ पडल्यास तुम्ही कमी खर्चात भागवू शकाल का?
८. व्यवसायातील भरती-ओहोटीच्या वेळी तुम्ही तग धरू शकाल का?
९. जादा वेळ काम करण्याची तुमची तयारी आहे का?
१०. वेळेत काम करण्यासाठी स्वत:मध्ये आवश्यक तो बदल करण्याची तुमची तयारी आहे का?
११. स्वत:चा व्यवसाय पुढे कसा असावा हे पाहण्याची दूरदृष्टी तुमच्याकडे आहे का?
१२. विविध प्रकारच्या लोकांशी जुळवून घ्यायला तुम्हाला जमते का?
१३. ग्राहकहितास प्राधान्य देणारे तुम्ही आहात का?
१४. तुमचा माल, तुमच्या कल्पना तुम्ही उत्साहात विकू शकता का?
१५. तुम्ही सत्तेचे विकेंद्रीकरण करू शकता का? इतरांना अधिकार देऊ शकता का?

वरील प्रश्नांना जर आपण जास्तीत जास्त ठिकाणी 'होय' असं उत्तर दिलं असेल तर पुढील टप्प्याकडे चला. पुढील काही प्रयोग करा.

‘एकला चलो’ मार्ग

नोकरीत असताना तुमच्या व्यवसायाच्या कल्पनेवर शांतपणे विचार करा. त्यासाठी थोडा वेळ द्या. तडकाफडकी राजीनामा देऊ नका. घरभाडं किंवा गृहकर्जाचे हप्ते कसे भरायचे ही विवंचना नको. काही चांगल्या कंपन्या तुम्हाला तुमची कंपनी स्थापन करण्यास मदत करतात. त्यांच्या नियमात तुमची कंपनी बसते का पहा. नाहीतर माझ्यासारखं करा. नोकरीत असतानाच मी व्यवसायाला सुरुवात केली. तो हळूहळू वाढवला. आर्थिकदृष्ट्या सक्षम झाले.

- व्यावसायिक तज्ज्ञांचा सल्ला घ्या. आजकाल वेबसाइटवर व बिझनेस लिंकवर भरपूर माहिती उपलब्ध असते. व्यावसायिक तज्ज्ञ हे तुम्हाला पैसा कसा उभा करावा, व्यवसायातील महत्त्वाच्या गोष्टी, भावी गुंतवणूकदार कोण असू शकतात, व्यवसाय सुरू करताना लागणारा सल्ला याबाबतीत मदत करतील.
- संघटनांचे सदस्य व्हा. त्यामुळे इतरांचे व्यवसाय कसे सुरू केले जात आहेत, व्यवसाय उभारणीच्या अवस्थेतील कोण लोक आहेत ही माहिती समजेल. ते मौलिक मदत करतील. आवश्यकतेच्या वेळी तुमच्या मागण्यांचा पाठपुरावा करतील.
- लोकांमध्ये मिसळा. परंतु हे योग्य तऱ्हेनं करा. मला लोकांना भेटायला आवडतं. व्यवसायासाठी न भेटता सहज भेटणंच आवडतं. त्यांना तुम्ही आवडलात तर ते तुम्ही काय करता याची माहिती घेतात. साखळी गटामध्ये आपण विक्री करण्यास जाण्यानं विरुद्ध परिणाम होऊ शकतो. ते टाळा.

मी मागे एका समारंभाबद्दल लिहिलंय. त्या समारंभाचं उद्‌घाटन एका श्रीमंत उमरावाच्या पत्नीनं केलं होतं. मी तिथे वक्ता म्हणून गेले होते. त्या व्यासपीठावरून खाली गेल्या तर एक महिला धावत त्यांच्यापुढे गेली. आपलं बिझनेस कार्ड त्यांना दिलं, आपला माल खपवायचा आग्रहानं प्रयत्न केला. ह्या पद्धतीनं व्यवसाय होत नसतो.

ह्या वागण्याची नंतर गटामध्ये चेष्टा केली गेली. हे असं व्हायला नको होतं. त्या महिलेच्या प्रयत्नाबद्दल तिला पूर्ण गुण द्यावे लागतील; परंतु हे लक्षात ठेवा की, लोकांना भेटणं हे नाती जोडण्यासाठी आहे, माल विक्रीसाठी नाही. अशा कठीण परिस्थितीत लोकांना आणू नका.

सारांश

सारांशानं सांगायचं तर कामासाठी चांगली कंपनी निवडा. भरपूर काम करा. लक्षवेधी रहा. नव्या प्रकल्पामध्ये सहभागी रहा. संस्थेत नैराश्यानं वाळून जाऊ नका. बढतीसाठी प्रयत्नशील रहा. ते न जमल्यास स्वत:च्या प्रगतीसाठी काम सोडून दुसऱ्या चांगल्या संस्थेत जा. नाहीतर स्वत:ची कंपनी काढा.

दहा सेकंदात आत्मविश्वासप्राप्तीच्या युक्त्या

- ✦ चांगले दिसा. तुमच्या यशाबद्दल शांतपणे सांगा.
- ✦ आताच्या कामात आनंद कसा निर्माण होईल हे पहा.
- ✦ फारच त्रास होतोय असे वाटले तर कामातील बदल कसा करता येईल याच्या पाच कल्पना लिहा. त्यातील एक तरी प्रत्यक्षात येण्यासाठी संबंधितांशी बोला.
- ✦ मीटिंगमध्ये बोलावयास सुरुवात करण्यापूर्वी दहा सेकंद तरी आपण यशस्वी झाल्याचं चित्र डोळ्यापुढे आणा. विशेषत: आपण यशामुळे हस्तांदोलन करत आहोत व आपले अभिनंदन केले जात आहे हे दृश्य पहा.
- ✦ साहेबांमधील चांगल्या गोष्टी पहा. त्या होतील त्या-त्या वेळी त्याबद्दल चांगलं बोला.
- ✦ सहकाऱ्याने चांगले काम केल्यास त्याचे आभार मानण्यासाठी १० सेकंद वापरा.
- ✦ एखाद्या प्रकल्पामध्ये सहभागी होण्यास केवळ दहा सेकंद लागतात.

आपला आत्मविश्वास वाढविण्यासाठी एक कृती योजना लिहून काढा. त्यासाठी तुम्ही हे प्रकरण परत एकदा चाळा.

समारोपाचे विचार

हे पुस्तक वाचताना तुम्हाला मजा आली असेल. त्यातील काही मार्ग आपण आचरणात आणूनही पाहिले असतील. आपल्याला बऱ्याच वेळा असं वाटतं की, मोठ्या कामासाठी फक्त आत्मविश्वासाची गरज असते. परंतु रोजच्या व्यवहारातही त्याची नितांत आवश्यकता असते.

एक आठवण आहे. मला एका कार्यशाळेत व्याख्याता म्हणून आमंत्रित केले होते. 'व्यवसायातील आत्मविश्वास' हा विषय होता. मधल्या सुट्टीत एका बाईने मला भेटून तिच्या कंपनीतील कामाच्या स्वरूपाबद्दल सांगितलं. ती म्हणाली, 'माझ्याकडे सोपी कामं असतात. इतरांकडे अर्थ, नियोजन अशी तुलनेनं अवघड कामं असतात.'

ती दिसायला सुंदर होती. वागणं रुबाबदार होतं. ती ग्राहकांना निश्चितच आकृष्ट करत असणार. वास्तविक हे काम अकाउंट्स किंवा नियोजन विभागातील अधिकाऱ्यापेक्षा अवघड होतं. आपणच आपल्याला का कमी लेखतो? अशी कामं करणारी माणसं नेहमी जवळ असल्यानं आपण त्यांना गृहीत धरून चालतो. रोजचा स्वत:चा कंपनीमधील सहभाग हा तिने कमी समजला होता. त्यामुळे तिने कधी पगारवाढ मागितली नाही. बढती मागितली नाही. स्वत:ला कमी लेखण्यानं आपली प्रगती खुंटते. मोठं होण्याचं आपण ठरवतच नाही.

अजून एक उदाहरण आहे, मी काही मैत्रिणींबरोबर आठवड्याच्या मधल्या वारी हॉलिवुडच्या चित्रपटाला गेले होते. सात वाजता आम्ही आसनस्थ झालो आणि चित्रपट केव्हा सुरू होतो याची वाट पाहू लागलो. जाहिराती दाखवल्या गेल्या. आगामी आकर्षणं दाखवली, पण सिनेमा सुरू होईना. पुन्हा तशीच पंधरा मिनिटं गेली; पण पडद्यावर काही दिसेना.

आम्ही बाहेर जाऊन मॅनेजरला सांगितलं. त्यानं चित्रपट दाखवणाऱ्याला फोन केला. तो रंगमंचावर आला. त्यानं चित्रपटाची वेळ सात नसून साडेसात असल्याचं सांगितलं. त्रासाबद्दल माफी मागितली. मग प्रेक्षकांपैकी एका बाईनं सांगितलं की, गेली चार वर्षं ती चित्रपटासाठी येत आहे, व चित्रपट उशिरा सुरू होणं हे नेहमीचंच आहे. म्हणजे गेली चार वर्षं लोक हे निमूटपणे सहन करत होते. या काळात कोणीही तक्रार केली नाही. त्यामुळे काहीच बदल घडला नाही. या कथेचं तात्पर्य

असं आहे – 'तुम्ही बोललात तरच तुमच्या भावना इतरांना समजतात.'

महत्त्वाची कामं करण्यास आम्ही समर्थ आहोत हे आपल्याला रोज बजावलं पाहिजे. आपल्याला योग्य वाटेपर्यंत ते काम पूर्ण झालं असं आम्ही म्हणणार नाही असा आपला आत्मविश्वास हवा.

नव्या गोष्टी करण्यासाठी वयाचं बंधन नाही. नव्या लोकांना भेटण्यासही वयाचं बंधन नाही.

माझी एक ख्रिस्टाइन नावाची मैत्रीण आहे. तिला तिची मैत्रीण व ८८ वर्षांच्या काकीसह डोर्चस्टर हॉटेलमध्ये पार्टीसाठी आमंत्रित केलं होतं. तेथील लोक जेवणापूर्वी शँपेनचा आस्वाद घेत होते. जाझ बँडचे स्वर बारमध्ये निनादत होते. ख्रिस्टाइन आल्यावर काही मिनिटात वेटरनं शँपेनची बाटली तिच्या टेबलावर ठेवली. दुसऱ्या टेबलावरील गृहस्थाने ती पाठविल्याचं सांगितलं. तो गृहस्थ काकींना मस्का लावत होता. संगीत चालू असताना तो त्यांना दाद देत होता. त्यानं त्यांना वेगळे भेटण्याची वेळदेखील मागितली. त्याने या ८८ वर्षे वयाच्या काकींचं सारं बिलही भरून टाकलं.

यावरून एक गोष्ट लक्षात येते – 'कोणत्याही वयात मनात आणा. फार वेळ झालेला नसतो.'

आत्मविश्वासाचा कानमंत्र

अनंत पै

अनुवाद

चारुलता पाटील

सर्वसाधारणपणे असा एक समज रूढ आहे, की फक्त बुद्धिमान माणसं आणि अभ्यासात उत्तम गुण मिळवणारे विद्यार्थी यांनाच उज्ज्वल भवितव्य असतं. परंतु लेखकाच्या मते हा समज पूर्ण चुकीचा आहे! ते म्हणतात,

"असं मुळीच नव्हे! बुद्धी नाही, असं कुणीही नसतं; फक्त काही लोकांना बुद्धिमान कसं व्हावं, याची नस सापडलेली नसते, एवढचं!"

माणसानं आयुष्यात आपल्या समोर ठाकलेल्या प्रत्येक प्रसंगाला केवळ इच्छाशक्तीच्या बळावर धैर्याने आणि आत्मविश्वासाने कसं तोंड द्यावं, हेच 'आत्मविश्वासाचा कानमंत्र' या पुस्तकात सांगितलेलं आहे. मनात दृढ आत्मविश्वास निर्माण करण्याचा एक निश्चित, सुस्पष्ट आणि विचारपूर्ण मार्ग लेखकानं दाखवलेला आहे.